മാർക്സിയൻ അർത്ഥശാസ്ത്രം

marxian ardhasasthram

•

prof. k n gangadharan

•

first edition
november 2017

•

second edition
february 2018

•

published
chintha publishers, thiruvananthapuram

•

typesetting
star communications, thiruvananthapuram

•

cover
midas

വിതരണം

ദേശാഭിമാനി ബുക്ക് ഹൗസ്

H O തിരുവനന്തപുരം–695 035
phone: 0471-2303026, 6063026
www.chinthapublishers.com
chinthapublishers@gmail.com

ബ്രാഞ്ചുകൾ

ഹെഡ്ഡാഫീസ് ബ്രാഞ്ച് കുന്നുകുഴി • സ്റ്റാച്യു തിരുവനന്തപുരം • കെ എസ് ആർ ടി സി ബസ് സ്റ്റേഷൻ ആലപ്പുഴ • കെ എസ് ആർ ടി സി ബസ് സ്റ്റേഷൻ എറണാകുളം • മച്ചിങ്ങൽ ലെയ്ൻ തൃശൂർ • ഐ ജി റോഡ് കോഴിക്കോട് • മാവൂർ റോഡ് കോഴിക്കോട് • എൻ ജി ഒ യൂണിയൻ ബിൽഡിങ് കണ്ണൂർ • സെൻട്രൽ ബസ് ടെർമിനൽ കോംപ്ലക്സ് താവക്കര കണ്ണൂർ

CR - 1813 / 4567
ISBN - 978-93-86637-46-8

മാർക്സിയൻ അർത്ഥശാസ്ത്രം

പ്രൊഫ. കെ എൻ ഗംഗാധരൻ

ചിന്ത പബ്ലിഷേഴ്സ്
തിരുവനന്തപുരം-695 035

പ്രൊഫ. കെ എൻ ഗംഗാധരൻ

തൃശൂർ ജില്ലയിൽ കാടുകുറ്റി പഞ്ചായത്തിൽ കാതിക്കുടം വാർഡിൽ 1940 ജൂൺ 15 ന് ജനനം. അച്ഛൻ: കെ എസ് നാണു. അമ്മ: സി എസ് നാരായണി.

വാളൂർ എൻ എസ് എസ് ഹൈസ്കൂൾ, കാലടി ശ്രീശങ്കരാ കോളേജ്, തേവര സേക്രഡ് ഹാർട്ട് കോളേജ് എന്നിവിടങ്ങളിൽ വിദ്യാഭ്യാസം. കേരളത്തിലെ വിവിധ ഗവ. കോളേജുകളിൽ അദ്ധ്യാപകൻ. യൂണിവേഴ്സിറ്റി കോളേജിലെ സാമ്പത്തിക ശാസ്ത്ര വിഭാഗം തലവനും പ്രൊഫസറും. ആറ്റിങ്ങൽ ഗവ. കോളേജ് പ്രിൻസിപ്പലായി സർവ്വീസിൽനിന്നും വിരമിച്ചു. പുരോഗമന കലാസാഹിത്യ സംഘം സംസ്ഥാന നിർവ്വാഹകസമിതി അംഗം, പ്രൊഫ. ജോസഫ് മുണ്ടശ്ശേരി ഫൗണ്ടേഷൻ എക്സിക്യൂട്ടീവ് ഡയറക്ടർ, ഇ എം എസ് അക്കാദമി ഫാക്കൽറ്റി അംഗം, കെ എസ് എഫ് ഇ ഡയറക്ടർ ബോർഡ് അംഗം, സർവ്വവിജ്ഞാനകോശം ഗവേണിങ് കൗൺസിൽ അംഗം, ജില്ലാ ആസൂത്രണ സമിതി അംഗം, അയ്യങ്കാളി നഗര തൊഴിലുറപ്പു പദ്ധതി സംസ്ഥാന കൗൺസിൽ അംഗം എന്നീ നിലകളിൽ പ്രവർത്തിക്കുന്നു.

മാർക്സിസം ഒരു കൈപുസ്തകം, എന്താണ് ധനശാസ്ത്രം, ആസിയൻ കരാർ കർഷകർക്കു മരണ വാറണ്ട്, പ്രതിസന്ധികൾ ഒഴിയുന്നില്ല, മാർക്സിസ്റ്റ് പദാവലി, ആഗോളവല്ക്കരണത്തിന്റെ രണ്ടു പതിറ്റാണ്ട് എന്നിവയാണ് പ്രധാന കൃതികൾ. കൂടാതെ ആനുകാലികങ്ങളിൽ ലേഖനങ്ങൾ എഴുതി വരുന്നു.

ഭാര്യ : അഡ്വ. രുഗ്മിണി ഗംഗാധരൻ
മക്കൾ : കെ ജി സൂരജ്, ഡോ. കെ ജി ചാന്ദിനി
വിലാസം : കാരംവളപ്പിൽ
ബി-5, ചിത്രനഗർ
വട്ടിയൂർക്കാവ് പി ഒ
തിരുവനന്തപുരം - 695013
ഫോൺ : 9497811587, 0471-2361115

ഉള്ളടക്കം

പ്രസാധകക്കുറിപ്പ്

മാർക്സിസം ഗൗരവമായി പഠിച്ചു തുടങ്ങുന്നവർക്ക് മാർഗ്ഗനിർദ്ദേശം നല്കുന്ന പുസ്തകങ്ങൾ വേണ്ടത്ര ലഭ്യമല്ലാത്ത അവസ്ഥയാണ് ഇന്നുള്ളത്. മാർക്സിയൻ സിദ്ധാന്തത്തിന്റെ ഓരോ ഘടകങ്ങളെയും വിശദമായി പ്രതിപാദിക്കുന്ന പുസ്തകങ്ങൾ ഇനിയും ആവശ്യമാണ്. ഈ ആവശ്യം നിറവേറ്റുന്നതിനുള്ള ഒരു പുസ്തകമാണ് പ്രൊഫസർ കെ എൻ ഗംഗാധരൻ എഴുതിയിട്ടുള്ള *മാർക്സിയൻ അർത്ഥശാസ്ത്രം* എന്ന ലഘുകൃതി.

പത്ത് ചെറിയ അദ്ധ്യായങ്ങളായിട്ടാണ് ഈ പുസ്തകം രചിച്ചിട്ടുള്ളത്. ഇവയിൽ ഓരോന്നും ഒറ്റയ്ക്കു പഠിക്കുവാൻ വേണ്ടുന്നത്ര സമഗ്രമാണ്.

മാർക്സിയൻ സൈദ്ധാന്തിക പഠനം ഏറ്റവും ആവശ്യമായിരിക്കുന്ന ഈ ഘട്ടത്തിൽ ഇത്തരം ഒരു പുസ്തകത്തിന്റെ രണ്ടാം പതിപ്പിറക്കാൻ കഴിഞ്ഞതിൽ ഞങ്ങൾക്കു ചാരിതാർത്ഥ്യമുണ്ട്. അടിസ്ഥാനപരമായ അറിവു പകരുന്ന ഈ പുസ്തകം വായിക്കുക, സൂക്ഷിച്ച് വയ്ക്കുക.

ചിന്ത പബ്ലിഷേഴ്സ്

ഉല്പാദനം സാമൂഹ്യമാണ്

വീടിന്റെ ഉമ്മറത്തു അലസമായങ്ങനെ ഇരിക്കുമ്പോഴാണ് ഒരാൾ പടി കടന്നുവരുന്നത്. കൈയിൽ ചുരുട്ടിപ്പിടിച്ച പനമ്പുമുണ്ട്. വാങ്ങി നോക്കി. കൊള്ളാമല്ലോ എന്നു അഭിനന്ദിച്ചു. ആരാണിതുണ്ടാക്കിയത്? താൻ തന്നെ എന്നു മറുപടി. ഒറ്റയ്ക്കാണോ? അതെ എന്നു വീണ്ടും. അതെങ്ങനെ കഴിയും, ഈറ ഉണ്ടാക്കിയതു താനല്ലല്ലോ. കാട്ടിൽനിന്നും വെട്ടിക്കൊണ്ടുവന്നതാണ്. മകനും കൂടെയുണ്ടായിരുന്നു. എന്തുപയോഗിച്ചാണു വെട്ടിയത്? വാക്കത്തി ഉപയോഗിച്ച്. വാക്കത്തി ഉണ്ടാക്കിയത്? കൊല്ലപ്പണിക്കാരൻ. തനിക്കു പനമ്പുനെയ്ത്തേ വശമുള്ളൂ. കൊല്ലന്റെ ആല നിർമ്മിച്ചത് മൂന്നുനാലുപേർ കൂടിയാണ്. ഉല ഉണ്ടാക്കിയത് മറ്റൊരാൾ. ഇരുമ്പുണ്ടാക്കിയതു കൊല്ലനല്ല. ആയിരക്കണക്കിന് തൊഴിലാളികൾ ഖനിയിൽനിന്നും കുഴിച്ചെടുത്തതാണ് ഇരുമ്പയിര്. അത് ഇരുമ്പാക്കിയത് മറ്റനവധി തൊഴിലാളികൾ. ആഴമുള്ള ഖനിയിൽ വെറുതെയങ്ങു ഇറങ്ങി നില്ക്കാനാവില്ല. നീളവും ബലവുമുള്ള കോണി വേണം. ശ്വാസം മുട്ടാതിരിക്കാൻ ഓക്സിജൻ നിറച്ച മുഖാവരണം വേണം. അതുണ്ടാക്കാനും ആൾ വേണം. കത്തിയുണ്ടാക്കിയ കൊല്ലന്റെയടുക്കൽ ഇരുമ്പുതുണ്ട് എത്തിച്ചത് വണ്ടിക്കാരും കച്ചവടക്കാരുമാണ്.

നോക്കണേ, ഒരു വാക്കത്തിയുടെ നിർമ്മാണഘട്ടങ്ങളാണിവ. എത്രയോ തൊഴിലാളികളുടെ അദ്ധ്വാനശേഷി പ്രയോഗിച്ചതുമൂലമാണ് ഒരു വാക്കത്തി ജനിച്ചത്.

എന്താണ് ഇപ്പറഞ്ഞതിന്റെ പൊരുൾ? ഒരു ഉല്പന്നവും ആരും ഒറ്റയ്ക്കുണ്ടാക്കുന്നില്ല എന്നല്ലേ? പനമ്പു നെയ്ത്തിന്റെ കാര്യവും വ്യത്യസ്തമല്ല. പനമ്പുണ്ടാക്കാൻ സ്വയം പഠിച്ചതല്ല. അച്ഛനപ്പൂപ്പന്മാർ, അവരുടെയും പൂർവ്വികർ, പനമ്പുണ്ടാക്കാൻ കുറേശ്ശെ പഠിച്ച്, ആ അനുഭവം

തലമുറകളിലേക്കു പകർന്നു നല്കുകയായിരുന്നു. ഓരോ തലമുറയും കൂടുതൽ മെച്ചപ്പെട്ട രീതിയിൽ എങ്ങനെ പനമ്പുണ്ടാക്കാം എന്നു അനുഭവത്തിലൂടെ പഠിച്ചു. എല്ലാ ഉല്പന്നങ്ങളുടെയും സ്ഥിതി ഇതുതന്നെ.

ഒരു കാര്യം പകൽ പോലെ വ്യക്തമാകുന്നുണ്ട്. ഒറ്റയ്ക്ക് ഒരാൾക്കും ഒന്നും ഉല്പാദിപ്പിക്കാൻ സാദ്ധ്യമല്ല. ഉല്പാദനം കൂട്ടായിട്ടാണ്, സാമൂഹ്യമാണ്. സമൂഹത്തിന്റെ കായികവും മാനസികവുമായ കഴിവ് വിനിയോഗിച്ചാണ് ഏത് ഉല്പന്നവും നിർമ്മിക്കപ്പെടുന്നത്. കത്തിയുടെയും പനമ്പിന്റെയും നിർമ്മാണ കഥ ഇങ്ങനെയാവുമ്പോൾ, ഒരു യുദ്ധക്കപ്പലിന്റെയോ, പോർവിമാനത്തിന്റെയോ തീവണ്ടിയുടെയോ കഥ എന്താവും? ഊഹിക്കുകയേ നിവൃത്തിയുള്ളൂ.

ഉല്പന്നങ്ങൾ എത്രയോ ചെറുതും എത്രയോ വലുതും എത്രയോ ലളിതവും, എത്രയോ സങ്കീർണ്ണവുമാകട്ടെ, അവയുണ്ടാക്കാനുള്ള പ്രാവീണ്യവും സാങ്കേതികജ്ഞാനവും ഇപ്പോഴത്തെ തലമുറയുടെ മാത്രം സ്വന്തമല്ല. തലമുറ തലമുറയായി കൈമാറി കിട്ടിയതാണ് തൊഴിൽ പ്രാവീണ്യവും സാങ്കേതിക പരിജ്ഞാനവും. ഓരോ തലമുറയും അവയിൽ കൂട്ടിച്ചേർക്കലുകൾ വരുത്തി, പരിഷ്കാരങ്ങൾ വരുത്തി. ആദ്യം കമ്പ്യൂട്ടറുകൾ ഇല്ലായിരുന്നു. പിന്നീട് അന്വേഷണത്തിലൂടെയും ഗവേഷണത്തിലൂടെയും പരീക്ഷണങ്ങളിലൂടെയും കമ്പ്യൂട്ടറിന്റെ രൂപമുണ്ടായി. ആദ്യമുണ്ടാക്കിയ കമ്പ്യൂട്ടറുകൾ ഭീമരൂപികളായിരുന്നു. ഇപ്പോഴോ ഉള്ളംകൈയിൽ കൊണ്ടു നടക്കാവുന്നത്ര പരിഷ്കൃതമായി. ഓരോവർഷവും പുറത്തിറക്കുന്ന മൊബൈൽ ഫോണുകൾ പലവിധ ഉപയോഗസാദ്ധ്യതകളാൽ സമ്പന്നമായിക്കൊണ്ടിരിക്കുന്നു.

വാക്കത്തിയുടെ കഥ തന്നെ എടുക്കുക. അതു കണ്ടുപിടിക്കപ്പെടുന്നതിനുമുമ്പ് എങ്ങനെയാവും പച്ചമാംസവും കിഴങ്ങുകളും ആദിമ മനുഷ്യർ മുറിച്ചിട്ടുണ്ടാവുക? സംശയം വേണ്ട. തങ്ങളുടെ കൂർത്തു മൂർത്ത പല്ലുകൾകൊണ്ട് കടിച്ചുകീറി. പല്ലുകൾ കൊണ്ടുമുറിക്കാൻ കഴിയാതെ വന്നപ്പോൾ കല്ലെടുത്ത് ചതച്ച്. പക്ഷേ, കല്ലെടുത്തു ചതച്ചാൽ പച്ചമാംസം മുറിയും എന്നു മനസ്സിലാക്കാൻ സംവത്സരങ്ങൾ എടുത്തിരിക്കും, തീർച്ച. മനുഷ്യന്റെ മസ്തിഷ്കം തീരെ വികസിച്ചിരുന്നില്ല. കല്ലിൽനിന്നു വാക്കത്തിയിലേക്കുള്ള മാറ്റത്തിന് എത്രയോ നൂറ്റാണ്ടുകൾ എടുത്തിരിക്കും!

പണിയായുധങ്ങൾ നിരന്തരം പരിഷ്കരിക്കുന്നു

സമൂഹം അതിന്റെ പണിയായുധങ്ങൾ നിരന്തരം പരിഷ്കരിക്കുകയാണ്. പച്ചമാംസത്തിൽ കല്ലുകൊണ്ടിടിച്ച സമൂഹത്തിന് ഇപ്പോൾ വന്മരങ്ങൾ നിമിഷംകൊണ്ട് മുറിച്ചിടാനറിയാം. പണിയായുധങ്ങൾ പരിഷ്കരിച്ചുകൊണ്ടേയിരിക്കുന്നു. വരും നാളുകളിൽ കൂടുതൽ പരിഷ്കൃതമാകും. കൂടുതൽ ഉല്പാദനക്ഷമങ്ങളാകും. പണിയായുധങ്ങൾ പരിഷ്കരിക്കുന്നതനുസരിച്ച് സമൂഹത്തിന്റെ ഉല്പാദിപ്പിക്കാനുള്ള കഴിവ് വികസിക്കും.

വാസ്തവത്തിൽ ഒരു സമൂഹത്തെ തിരിച്ചറിയാൻ അതിന്റെ പണിയായുധങ്ങൾ നോക്കിയാൽ മതി. ആദിമ സമൂഹത്തിന്റെ ഉല്പാദനോപകരണങ്ങളും ആധുനികനഗരസമൂഹത്തിന്റെ ഉല്പാദനോപകരണങ്ങളും തമ്മിൽ എന്തെന്തു വ്യത്യാസം!!

മനുഷ്യൻ-ഉപകരണങ്ങൾ ഉപയോഗിക്കുന്ന ജന്തു

മനുഷ്യരും മറ്റു ജന്തുക്കളും തമ്മിൽ വ്യത്യാസമെന്ത് എന്നു ചോദിച്ചാൽ ഉത്തരങ്ങൾ പലതുണ്ട്. ഒറ്റ ഉത്തരം മതിയാകും വേർതിരിക്കാൻ. മറ്റു ജന്തുക്കൾ ഒന്നും ഉല്പാദിപ്പിക്കുന്നില്ല. പ്രകൃതിയിൽനിന്നു കിട്ടുന്നത് നേരിട്ടു ഭക്ഷിക്കുന്നു. മരം കൊത്തിയോ, പശുവോ, എന്താണു ചെയ്യുന്നത്? അവ ഉപകരണങ്ങൾ ഉണ്ടാക്കുന്നില്ല; ഉപയോഗിക്കുന്നുമില്ല. പ്രകൃതിയിൽനിന്ന് നേരിട്ട് ഭക്ഷണം സ്വീകരിക്കുകയാണവ ചെയ്യുന്നത്. മനുഷ്യർ അങ്ങനെയല്ല. ഉപകരണങ്ങൾ ഉണ്ടാക്കുന്നു; ഉപയോഗിക്കുന്നു. ഉപകരണങ്ങൾ നിരന്തരം പരിഷ്കരിച്ചുകൊണ്ടിരിക്കുന്നു. എലികൾ മാളമുണ്ടാക്കുന്നു. അന്നും ഇന്നും ഒരുപോലെയുള്ള മാളങ്ങൾ. കാക്കകൾ കൂടുണ്ടാക്കുന്നു. ആയിരം കൊല്ലം മുമ്പുള്ള കൂടിന്റെ അതേ രൂപം തന്നെയാണ് 2017 ലെ കൂടിനും. രൂപഭേദമില്ല.

ഉല്പാദനം എന്നാൽ?

എന്താണ് ഉല്പാദനം? പനമ്പുണ്ടാക്കാൻ മൂന്നു ഘടകങ്ങൾ വേണ്ടിവന്നു.

1. ഈറ, അതു പ്രകൃതി വസ്തുവാണ്.
2. വാക്കത്തി. അത് അദ്ധ്വാനോപകരണമാണ്. അദ്ധ്വാനശേഷി പ്രയോഗിച്ച് നിർമ്മിക്കപ്പെട്ട ഉപകരണമാണ്.
3. തൊഴിലാളിയുടെ അദ്ധ്വാനശേഷി.

പ്രകൃതി വസ്തുക്കളുടെ മേൽ അദ്ധ്വാനശേഷി പ്രയോഗിച്ചാണ് ഉല്പാദനം. നേരിട്ടു പ്രയോഗിക്കുകയല്ല. ഉപകരണങ്ങൾ ഉപയോഗിച്ചാണ്. ഉപകരണങ്ങൾ നിർമ്മിച്ചതും അദ്ധ്വാനശേഷി പ്രയോഗിച്ചുതന്നെ. അപ്പോൾ ഉല്പാദനമെന്നാൽ പ്രകൃതി വസ്തുക്കളുടെമേൽ അദ്ധ്വാനശേഷിയും ഉപകരണങ്ങളും പ്രയോഗിച്ച് സമൂഹത്തിന് ആവശ്യമായ സാധനങ്ങളും സേവനങ്ങളും ഉണ്ടാക്കുകയാണ്. കൃഷിക്കും വേണം മേൽപ്പറഞ്ഞ മൂന്നുഘടകങ്ങൾ. മീൻപിടിക്കാനും, കാറുണ്ടാക്കാനും, യുദ്ധക്കപ്പലുണ്ടാക്കാനും വേണം മൂന്നു ഘടകങ്ങൾ.

ഉല്പാദനമാണ് സമൂഹത്തിന്റെ നിലനില്പിന് അടിസ്ഥാനം

സമൂഹത്തിനു നിലനില്ക്കാൻ വെള്ളം, വായു, ഭക്ഷണം, പാർപ്പിടം, വസ്ത്രം എന്നിവ വേണമല്ലോ. വായുവും വെള്ളവും പ്രകൃതിയിൽനിന്നും നേരിട്ടു സ്വീകരിക്കാം. മറ്റുള്ളവ ഉല്പാദിപ്പിക്കണം. ആധുനിക സമൂഹ

ത്തിന് ആഹാരവും പാർപ്പിടവും വസ്ത്രവും മാത്രം പോരാ. റോഡുകൾ, പാലങ്ങൾ, വിവിധ ഇനം വാഹനങ്ങൾ, വാർത്താവിനിമയ സംവിധാനങ്ങൾ, ഓഫീസുകൾ, കച്ചവട സ്ഥാപനങ്ങൾ, വ്യവസായ-വാണിജ്യസ്ഥാപനങ്ങൾ അങ്ങനെ പലതും ആവശ്യമാണ്. ഇവയൊന്നും ഉല്പാദിപ്പിക്കപ്പെടുന്നില്ല എന്നു സങ്കല്പിച്ചു നോക്കൂ. കൃഷിഭൂമിയുണ്ട്. കാർഷികോപകരണങ്ങളുമുണ്ട്. പക്ഷേ, കൃഷിക്കാർ അദ്ധ്വാനിക്കാൻ തയ്യാറല്ല. മീൻപിടുത്തക്കാരൻ, മീൻപിടിക്കാൻ തയ്യാറല്ല. വാഹനമോടിക്കുന്നയാൾ വാഹനമോടിക്കുന്നില്ല. ചുരുക്കത്തിൽ ആരും അദ്ധ്വാനശേഷി പ്രയോഗിക്കാൻ തയ്യാറല്ല എന്നു കരുതുക. എന്താണു സംഭവിക്കുക? മനുഷ്യസമൂഹത്തിന്റെ നിലനില്പു തന്നെ അപകടപ്പെടും. ഉല്പാദനമാണ് സമൂഹത്തിന്റെ നിലനില്പിനും തുടർച്ചയ്ക്കും അടിസ്ഥാനം. പ്രകൃതി വസ്തുക്കൾ പ്രധാനങ്ങളാണ്. പ്രകൃതിയാണ് മാതാവ്. അദ്ധ്വാനശേഷിയാണ് പിതാവ്. കാട്ടിൽ വളരുന്ന ഈറ സ്വയം പനമ്പായി രൂപം മാറുന്നില്ല. മരം സ്വയം കസേരയാവുന്നില്ല. ഇരുമ്പ് തൂമ്പയോ വാക്കത്തിയോ ആകുന്നില്ല. ഉപകരണങ്ങളുടെ സഹായത്തോടെ അദ്ധ്വാനശേഷി പ്രയോഗിക്കുമ്പോഴാണ് സമൂഹത്തിനാവശ്യമായ സാധനങ്ങളും സേവനങ്ങളും സൃഷ്ടിക്കപ്പെടുന്നത്. പ്രകൃതിയെ തന്റെ ഇഷ്ടത്തിനും കഴിവിനും അനുരോധമായി മാറ്റിയെടുക്കാനുള്ള അദ്ധ്വാനശേഷിയാണ് സമൂഹത്തിന്റെ നിലനില്പിന് ആധാരം.

വർഗ്ഗങ്ങൾ ഉണ്ടാവുന്നു

ഉല്പാദനം സാമൂഹ്യമാണെന്നു വിശദമാക്കപ്പെട്ടു. ഉല്പാദനം, ചരിത്രപരമായി, പ്രത്യേക ഘട്ടവുമായി ബന്ധപ്പെട്ടിരിക്കുന്നു. അടിമത്തവ്യവസ്ഥയിലെ ഉല്പാദന സമ്പ്രദായമല്ല ജന്മിത്തത്തിൽ. ജന്മിത്തത്തിലെ ഉല്പാദനരീതിയല്ല മുതലാളിത്തത്തിൽ.

സമൂഹത്തിന്റെ അദ്ധ്വാനഫലം സമൂഹത്തിനു അവകാശപ്പെട്ടത്

സമൂഹത്തിന്റെ കൂട്ടായ അദ്ധ്വാനത്തിന്റെ ഫലം സമൂഹത്തിനാകമാനം അവകാശപ്പെട്ടതാണ്. അങ്ങനെ അല്ലാത്തത് എന്തുകൊണ്ടാണ്? ഒരു കൂട്ടർ കഠിനമായി അദ്ധ്വാനിക്കുക. മറുകൂട്ടർ അദ്ധ്വാനിക്കാതെ ഫലം കവരുക. പ്രകൃതിദത്തമാണോ ഈ വിഭജനം? അല്ലേ അല്ല. ഭൂമിയും യന്ത്രങ്ങളും സാങ്കേതിക ജ്ഞാനവും ഒരു കൂട്ടർ കൈയടക്കിയതുകൊണ്ടാണ് ഉല്പാദനത്തിന്റെ ഫലം കൈയടക്കാൻ അവർക്കു കഴിയുന്നത്. ജന്മി കൃഷിഭൂമി കൈയടക്കിയതിനാൽ കൃഷിക്കാരനും കർഷക തൊഴിലാളിക്കും അവരുടെ അദ്ധ്വാനത്തിന്റെ ഫലം നിഷേധിക്കപ്പെടുന്നു. വ്യവസായികൾ ഫാക്ടറികളും യന്ത്രങ്ങളും കൈയടക്കുന്നതിനാൽ തൊഴിലാളികൾക്ക് അവരുടെ അദ്ധ്വാനഫലം നിഷേധിക്കപ്പെടുന്നു. വ്യാപാരത്തിന്റെയും ധനസ്ഥാപനങ്ങളുടെയും സ്ഥിതിയും അതുതന്നെ. എന്താണ് ഇതിനു പരിഹാരം? അതായത് അദ്ധ്വാനിക്കുന്നവർക്കുതന്നെ ഫലമനുഭവിക്കാൻ കഴിയുന്നതെപ്പോൾ? ഉല്പാദനോപാധികളുടെ ഉടമസ്ഥത സാമൂഹ്യമാകുമ്പോൾ. അപ്പോൾ മാത്രമേ ഉപയോഗവും സാമൂഹ്യമാകൂ. എന്നാൽ, ഉല്പാദനോപാധികൾ കൈയടക്കിയവർ സ്വയമേവ അവ കൈമാറുകയില്ല.

മൂലധനം- ഒരു അർത്ഥശാസ്ത്ര വിമർശനം

കാൾ മാർക്സിന്റെ പ്രശസ്തവും പ്രമുഖവുമായ കൃതിയാണ് *മൂലധനം. മൂലധനം- ഒരു അർത്ഥശാസ്ത്ര വിമർശനം* എന്നാണ് മുഴുവൻ

പേര്. 1867 ലാണ് ഒന്നാം വോള്യം പ്രസിദ്ധീകരിച്ചത്.

1867 ആഗസ്ത് 16 ന് മാർക്സ് തന്റെ സന്തത സഹചാരിയും ബൗദ്ധിക പങ്കാളിയും സാമ്പത്തിക സഹായിയുമായിരുന്ന ഫ്രെഡറിക് എംഗൽസിന് ഇങ്ങനെ എഴുതി:

പ്രിയ ഫ്രെഡ്,

പുസ്തകത്തിന്റെ അവസാനപേജും ഇന്ന് തിരുത്തിത്തീർത്തു. മുഖവുര ഇന്നലെത്തന്നെ തിരുത്തി. അങ്ങനെ ഈ വോള്യം പൂർത്തിയാക്കി. താങ്കൾ ഒറ്റയാൾ കാരണമാണ് അതു സാധിച്ചത്. താങ്കളുടെ ത്യാഗമില്ലായിരുന്നെങ്കിൽ മൂന്നു വോള്യങ്ങൾ പൂർത്തീകരിക്കാൻ കഴിയുമായിരുന്നില്ല. ഞാൻ താങ്കളെ ആശ്ലേഷിക്കുന്നു. വളരെ നന്ദി. തിരുത്തിയ പ്രൂഫിന്റെ രണ്ടു ഷീറ്റ് ഇതോടൊപ്പം വെക്കുന്നു. 15 പൗണ്ട് നന്ദിപൂർവ്വം കൈപ്പറ്റി.

അഭിവാദ്യങ്ങൾ,
പ്രിയ സഖാവെ,
താങ്കളുടെ,
കെ മാർക്സ്

മാർക്സും എംഗൽസും ചേർന്നു രചിച്ച *കമ്യൂണിസ്റ്റ് മാനിഫെസ്റ്റോ* പുറത്തുവന്നത് 1848 ലാണ്. പിന്നീടുള്ള ലോക ഗതിക്രമം മാറ്റി മറിക്കുന്നതിൽ ആ കൃതികൾ കാരണമായി. *മൂലധന*ത്തിൽ മാർക്സ് ഇങ്ങനെ നിരീക്ഷിക്കുന്നു: "ഒരു കാര്യം വ്യക്തം. ഒരുവശത്ത് പണമോ ചരക്കുകളോ കൈവശമുള്ള ഒരു കൂട്ടർ, മറുവശത്ത് അദ്ധ്വാനശേഷിമാത്രം കൈമുതലായുള്ള മറ്റൊരു കൂട്ടർ എന്ന വിഭജനം പ്രകൃതിദത്തമല്ല. ആ പ്രത്യേകതരം സാമൂഹ്യബന്ധത്തിന് യാതൊരു സ്വാഭാവിക അടിസ്ഥാനവുമില്ല. ഓരോ ചരിത്രഘട്ടത്തിലും ആ ബന്ധത്തിന്റെ സാമൂഹ്യാടിത്തറയും ഒന്നല്ല."

മാർക്സിനോടോ എംഗൽസിനോടോ ഒരിക്കലും താരതമ്യപ്പെടുത്താൻ കഴിയാത്ത മറ്റൊരാളുടെ അഭിപ്രായം ഞെട്ടലുളവാക്കുന്നതാണ്. ആർ എസ് എസിന്റെ സംഘ് ചാലക് ആയിരുന്ന എം എസ് ഗോൾവാൾക്കർ ആണ് അയാൾ. അദ്ദേഹം *വിചാരധാര* എന്ന കൃതിയിൽ ഇങ്ങനെ കുറിക്കുന്നു: "അസമത്വം പ്രകൃതിയുടെ ഒഴിച്ചുകൂടാനാകാത്ത സ്വഭാവമാണ്. നാമതോടൊപ്പം ജീവിച്ചേ പറ്റൂ. സമത്വം സ്ഥാപിച്ചാലും അസമത്വത്തിലേക്കു തിരിച്ചെത്തും" ദാരിദ്ര്യം ദൈവ സൃഷ്ടിയാണെന്നും ജനാധിപത്യം "ജനക്കൂട്ടത്തിന്റെ തോന്ന്യാസ"മാണെന്നും ആർ എസ് എസിന്റെ പ്രാമാണിക ഗ്രന്ഥം പറയുന്നു.

പ്രാകൃത കമ്യൂണിസം

മനുഷ്യർ തമ്മിൽ സാമൂഹ്യമായ വേർതിരിവ് ഇല്ലാതിരുന്ന ഒരു ഘട്ടം ചരിത്രത്തിൽ ഉണ്ടായിരുന്നു. ദീർഘകാലം അതു നിലനില്ക്കുകയും ചെയ്തു. കാട്ടിൽപോയി ചെറിയ മൃഗങ്ങളെ കല്ലോ കമ്പോ കൊണ്ട് എറിഞ്ഞു വീഴ്ത്തി ഭക്ഷണമാക്കുകയായിരുന്നു ജീവിത രീതി. വേട്ടയാടാൻ ഏറെ സമയം വേണം. വളരെ കുറച്ചു മൃഗങ്ങളെ മാത്രമേ പിടിക്കാൻ കഴിയുമായിരുന്നുള്ളൂ.

ഉല്പാദനോപകരണങ്ങൾ അത്രമേൽ അപരിഷ്കൃതങ്ങളായിരുന്നു. പിടിച്ച മൃഗങ്ങളെ അന്നോ അതിനടുത്ത ദിവസങ്ങളിലോ ഭക്ഷണമാക്കി. മിച്ചമൊന്നും അവശേഷിപ്പിച്ചില്ല. ഉല്പാദനം കുറവായതുതന്നെ കാരണം.

ഘോരവനങ്ങളിലേക്കു ഒറ്റയ്ക്കു പോയി സുരക്ഷിതമായി തിരിച്ചെത്തുക അസാദ്ധ്യമായിരുന്നു. അതുകൊണ്ട് ഒന്നിച്ചാണ് വേട്ടയാടാൻ പോയിരുന്നത്. അഥവാ, ഉല്പാദനം കൂട്ടായിട്ടായിരുന്നു. ഉപകരണങ്ങൾ ഒറ്റയ്ക്കു കൈവശം വെച്ചിട്ടു കാര്യമില്ല. അതുകൊണ്ടവ കൂട്ടായി കൈവശം വെച്ചു. പിടിച്ച മൃഗങ്ങളെ പങ്കിട്ടെടുത്തു ഭക്ഷിച്ചു. കമ്യൂണിസ്റ്റ് വ്യവസ്ഥയിലേതുപോലെയായിരുന്നു, അന്നത്തെ ഉല്പാദനരീതി. അതിനെ സാമൂഹ്യ ശാസ്ത്രജ്ഞന്മാർ പ്രാകൃത കമ്യൂണിസം എന്നു വിളിച്ചു. ഒരു കമ്യൂണിസ്റ്റ് വ്യവസ്ഥയുടേതുപോലെ ഉയർന്ന ജീവിത ഗുണനിലവാരവും ഉല്പാദനക്ഷമതയുമൊന്നും പ്രാകൃതങ്ങളായ ഉപകരണങ്ങൾ ഉപയോഗിച്ച അന്നത്തെ സമൂഹത്തിനു ഇല്ലാതിരുന്നതിനാലാണ് പ്രാകൃതം എന്നു വിശേഷണം ചേർത്തത്.

അടിമത്തം പിറക്കുന്നു

കാലം ഏറെ പിന്നിടുമ്പോൾ തീയിന്റെ ഉപയോഗം കണ്ടുപിടിച്ചു. ലോഹങ്ങളുടെ കണ്ടുപിടിത്തം ഉപകരണങ്ങളുണ്ടാക്കാൻ സഹായകമായി. അതോടെ മനുഷ്യസമൂഹം മൃഗാവസ്ഥ തരണംചെയ്തു. ഉപകരണങ്ങളിൽ വരുത്തപ്പെട്ട പരിഷ്കരണം ഉല്പാദനം വർദ്ധിപ്പിച്ചു. ആവശ്യം കഴിഞ്ഞു മിച്ചം വന്നത് കൈമാറ്റംചെയ്തു. കൂടുതൽ ഉല്പാദനത്തിന്റെയും കൈമാറ്റത്തിന്റെയും ആവശ്യം വർദ്ധിച്ചതോടെ ഒരു കൂട്ടർ ആദ്യം ഉപകരണങ്ങളും പിന്നെ കന്നുകാലികളും തുടർന്ന് മനുഷ്യരെയും സ്വന്തമാക്കി. ഗോത്രങ്ങൾ തമ്മിലെ ഏറ്റുമുട്ടലുകളിൽ പരാജയപ്പെട്ടവരെയും കടം വാങ്ങി തിരിച്ചടയ്ക്കാത്തവരെയും അടിമകളാക്കി. അടിമകളെ ജീവനുള്ള ഉപകരണങ്ങളായി കരുതി. പ്രാകൃത കമ്യൂണിസ്റ്റ് വ്യവസ്ഥയും സമത്വവും തകർന്നു. അടിമ വ്യവസ്ഥ വേരുറച്ചു.

അടിമ-ഉടമ ഉല്പാദന ബന്ധത്തെ അടിസ്ഥാനപ്പെടുത്തിയ സാമൂഹ്യ വ്യവസ്ഥയാണ് അടിമത്തം. ലക്ഷക്കണക്കിനു വർഷക്കാലം ആ വ്യവസ്ഥ നിലനിന്നു.

സാമൂഹ്യമാറ്റത്തിന്റെ ചാലകശക്തി

ഉല്പാദന ശക്തികളുടെ വികാസമാണ് സാമൂഹ്യമാറ്റത്തിന്റെ ചാലകശക്തി. അതൊരു വിപ്ലവശക്തിയാണ്. ഒരു സാമൂഹ്യ വ്യവസ്ഥയ്ക്കകത്ത് വികസിക്കുന്ന ഉല്പാദനശക്തികളുടെ വികാസത്തിനു തടസ്സം നില്ക്കുന്ന ഉല്പാദനബന്ധങ്ങളെ തട്ടിനീക്കലാണ് സാമൂഹ്യവിപ്ലവം. അടിമവ്യവസ്ഥയ്ക്കകത്ത് ജന്മിത്ത ഉല്പാദന ശക്തികളുടെ വികാസം അടിമത്തത്തിന്റെ തകർച്ച അനിവാര്യമാക്കി. അതുപോലെ ജന്മിത്തത്തിനകത്തു വികസിച്ചുകൊണ്ടിരുന്ന മുതലാളിത്ത ഉല്പാദന ശക്തികൾ ജന്മിത്തത്തിന്റെ തകർച്ചയും അനിവാര്യമാക്കി. വർഗ്ഗവ്യവസ്ഥകളാണ് അടിമത്തവും ജന്മിത്തവും മുതലാളിത്തവും. മുതലാളിത്തത്തിന്റെ തകർച്ച അനിവാര്യമാണ്. പക്ഷേ, ആ വ്യവസ്ഥയെ നിലനിർത്താൻ മുതലാളിത്തം കിണഞ്ഞു ശ്രമിക്കും. അനിവാര്യമായ തകർച്ചയ്ക്ക് ആക്കം കൂട്ടുകയാണ് വിപ്ലവശക്തികളുടെ കടമ.

വർഗ്ഗസമരം

***ക**മ്യൂണിസ്റ്റ് മാനിഫെസ്റ്റോ* ആരംഭിക്കുന്നത് ഇങ്ങനെയാണ്. "നാളിതുവരെ നിലനിന്ന എല്ലാ സമൂഹങ്ങളുടെയും ചരിത്രം വർഗ്ഗസമരത്തിന്റെ ചരിത്രമാണ്. സ്വതന്ത്രനും അടിമയും, കുലീനനും മ്ലേച്ഛനും, ജന്മിയും അടിയാനും, ഗിൽഡ്മാസ്റ്ററും വേലക്കാരനും - ചുരുക്കിപ്പറഞ്ഞാൽ മർദ്ദകനും മർദ്ദിതനും -പരസ്പരം വൈരികളായി നിലകൊള്ളുകയും, ചിലപ്പോൾ ഒളിഞ്ഞും ചിലപ്പോൾ തെളിഞ്ഞും, ഇടതടവില്ലാതെ പോരാട്ടം നടത്തുകയും ചെയ്തു. സമൂഹത്തിന്റെയാകെയുള്ള വിപ്ലവകരമായ പുനഃസംഘടനയിലോ മത്സരിക്കുന്ന വർഗ്ഗങ്ങളുടെ പൊതുനാശത്തിലോ ആണ് ഈ പോരാട്ടം ഓരോ അവസരത്തിലും അവസാനിച്ചിട്ടുള്ളത്."

മാനവചരിത്രം മുഴുവനും, ഒരു ചെപ്പിലൊതുക്കിയപോലെ, മാർക്സും എംഗൽസും സമൂഹത്തിനു മുമ്പിൽ വെളിപ്പെടുത്തുകയാണ് മേൽകൊടുത്ത മൂന്നു വാചകങ്ങളിൽ. കൂടുതൽ വിശദമാക്കിയാൽ,

1. ഇടതടവില്ലാത്ത വർഗ്ഗസമരത്തിലൂടെയാണ് സമൂഹം ഇന്നത്തെ നിലയിലേക്കു വളർന്നത്.

2. പോരാട്ടം ചിലപ്പോൾ ഒളിഞ്ഞും ചിലപ്പോൾ തെളിഞ്ഞും നടക്കുന്നു.

3. സമൂഹത്തിന്റെ പുനഃസംഘടനയിലോ വർഗ്ഗങ്ങളുടെ പൊതുനാശത്തിലോ ആണ് ഓരോ അവസരത്തിലും വർഗ്ഗസമരം അവസാനിച്ചിട്ടുള്ളത്.

വർഗ്ഗങ്ങൾ തുടരുന്നിടത്തോളം വർഗ്ഗസമരങ്ങളും

എന്നാണ് വർഗ്ഗസമരം ആരംഭിച്ചത്? ഉത്തരം ലളിതമാണ്. വർഗ്ഗങ്ങൾ ഉണ്ടായതുമുതൽ. വർഗ്ഗങ്ങൾ ഉണ്ടായതോ? ഉല്പാദനോപാധികൾ ഒരു

കൂട്ടർ കൈയടക്കാൻ ആരംഭിച്ചതുമുതൽ. അടിമത്തവും ജന്മിത്തവും മുതലാളിത്തവും വർഗ്ഗവ്യവസ്ഥകളാണ്. വർഗ്ഗസമരത്തിലൂടെയാണ് വ്യവസ്ഥയുടെ തകർച്ചയും പുതിയ വ്യവസ്ഥയുടെ ജനനവും. പ്രാകൃത കമ്യൂണിസം വർഗ്ഗവ്യവസ്ഥയല്ല. അതുകൊണ്ട് വർഗ്ഗസമരം ഇല്ലായിരുന്നു. കമ്യൂണിസം വർഗ്ഗവ്യവസ്ഥയല്ല. വർഗ്ഗസമരവുമില്ല. പക്ഷേ, മറ്റൊരു രീതിയിൽ സമരം തുടരും. തൊഴിലാളികളും മുതലാളികളും തമ്മിലല്ല. കമ്യൂണിസത്തിൽ മുതലാളികളില്ല. പക്ഷേ, മുതലാളിത്തവ്യവസ്ഥയുടെ അവശിഷ്ടങ്ങൾ തുടരും. അവക്കെതിരെ തൊഴിലാളികൾ നടത്തുന്ന സമരവും തുടരും. കമ്യൂണിസ്റ്റു വ്യവസ്ഥയെ പൂർണ്ണതയിലെത്തിക്കാനാണത്.

കുരുക്ഷേത്രയുദ്ധംപോലെ ചിട്ടപ്പടിയല്ല വർഗ്ഗസമരം. പാണ്ഡവന്മാർ ഒരുഭാഗത്ത്. കൗരവർ മറുപക്ഷത്ത്. പകൽ മുഴുവൻ നേർക്കുനേർ യുദ്ധം. സന്ധ്യമയങ്ങിയാൽ താവളങ്ങളിലേക്ക് മടക്കം. അങ്ങനെയല്ല വർഗ്ഗസമരം. സമൂഹത്തിലുടനീളം, സർവ്വമേഖലകളിലും, നിരന്തരം ഒളിഞ്ഞും തെളിഞ്ഞും, നിയമവിധേയമായും നിയമവിരുദ്ധമായും, സമാധാനപരമായും സായുധപ്രയോഗത്തിലും വർഗ്ഗസമരം നടക്കുന്നു. വ്യവസ്ഥിതിക്കെതിരെയും അനുകൂലമായും ഉയരുന്ന ഓരോ ശബ്ദവും വർഗ്ഗസമരത്തിന്റെ ഭാഗമാണ്. പുസ്തകവും അതിലെ ഉള്ളടക്കം സ്വായത്തമാക്കി പ്രവർത്തിക്കുന്ന വായനക്കാരും വർഗ്ഗസമരത്തിൽ പങ്കാളികളാണ്. കമ്മിറ്റിയോഗങ്ങളും സമ്മേളനങ്ങളും സമരങ്ങളും പ്രകടനങ്ങളും പ്രസ്താവനകളും ലേഖനങ്ങളും സായുധപോരാട്ടങ്ങളും വർഗ്ഗസമരമാണ്. ബൂർഷ്വാ മാധ്യമങ്ങൾ നടത്തുന്നത് മുതലാളിത്തത്തിനനുകൂലമായി തൊഴിലാളി വർഗ്ഗത്തിനെതിരായ വർഗ്ഗസമരംതന്നെ.

വർഗ്ഗസമരം മൂന്നു മണ്ഡലങ്ങളിൽ

പ്രധാനമായും മൂന്നു മണ്ഡലങ്ങളിലാണ് വർഗ്ഗസമരം അരങ്ങേറുന്നത്. സാമ്പത്തികം, രാഷ്ട്രീയം, സാംസ്കാരികം. ഇവയിൽ ഏതെങ്കിലും ഒന്നിനെ അവഗണിച്ചാൽ വർഗ്ഗസമരത്തിന്റെ അന്തിമവിജയം അകലെയാവും.

രാജ്യത്ത് ഉല്പാദിപ്പിക്കപ്പെടുന്ന സമ്പത്തു മുഴുവൻ വെട്ടിപ്പിടിക്കാനാവും ചൂഷകവർഗ്ഗം ശ്രമിക്കുക. സമ്പത്തിൽ തങ്ങളുടെ വിഹിതം പിടിച്ചുവാങ്ങാൻ ചൂഷിത വർഗ്ഗവും ശ്രമിക്കും. അതാണ് സാമ്പത്തികരംഗത്തെ വർഗ്ഗസമരം. പൊതുവായ വർഗ്ഗസമരത്തിന്റെ അടിത്തറയാണ് സാമ്പത്തികരംഗത്തെ വർഗ്ഗസമരം. കൂലിക്കൂടുതലിനുവേണ്ടിയും, പെൻഷൻ വർദ്ധനയ്ക്കും കുടിശ്ശിക ലഭിക്കുന്നതിനുവേണ്ടിയും വിലക്കയറ്റത്തിനെതിരെയും നടത്തുന്ന സമരങ്ങൾ സാമ്പത്തികരംഗത്തെ വർഗ്ഗസമരങ്ങളാണ്. അത്തരം സമരങ്ങളിലൂടെയാണ് ചൂഷിതവർഗ്ഗം രാഷ്ട്രീയബോധമുള്ളവരാകുന്നത്. പക്ഷേ, സാമ്പത്തികാവകാശബോധം സ്വാഭാവികമായും രാഷ്ട്രീയബോധമായി ഉയരണമെന്നില്ല. സാമ്പത്തിക സമരങ്ങളിൽമാത്രം

ഊന്നുന്നത് സാമ്പത്തികമാത്രവാദമാണ്.

വർഗ്ഗവ്യവസ്ഥയുടെ സൃഷ്ടിയാണ് ഭരണകൂടം. ചൂഷിത വർഗ്ഗത്തിന്റെ പോരാട്ടങ്ങളെ അടിച്ചൊതുക്കാൻ ചൂഷിതവർഗ്ഗം മെനഞ്ഞുണ്ടാക്കുന്നതാണ് ഭരണകൂടം. ചൂഷകവർഗ്ഗത്തിന്റെ താല്പര്യസംരക്ഷണമാണ് അതിന്റെ ലക്ഷ്യം. "മൊത്തത്തിൽ ബൂർഷ്വാസിയുടെ പൊതുകാര്യങ്ങൾ നടത്തുന്ന കമ്മിറ്റിയാണ് ആധുനികഭരണകൂടം" എന്ന് *കമ്യൂണിസ്റ്റു മാനിഫെസ്റ്റോ* നിരീക്ഷിക്കുന്നു. പൊലീസും പട്ടാളവും നീതിന്യായകോടതികളും സിവിൽ സർവ്വീസും ഭരണകൂടത്തിന്റെ മർദ്ദനോപാധികളാണ്. ഭരണകൂടത്തെ ഒന്നിനൊന്നു ശക്തിപ്പെടുത്തി മർദ്ദനോപാധികൾക്കു മൂർച്ച കൂട്ടാനായിരിക്കും ചൂഷിത വർഗ്ഗം ശ്രമിക്കുക. മറിച്ച് ഭരണകൂടത്തെ ഒന്നിനൊന്ന് ക്ഷീണിപ്പിക്കാനായിരിക്കും ചൂഷിതവർഗ്ഗത്തിന്റെ ശ്രമം. നിരന്തരം അരങ്ങേറുന്ന സമരങ്ങൾ ഭരണകൂടത്തെ ക്ഷീണിപ്പിക്കുന്നതിനും ചൂഷിതവർഗ്ഗത്തിന്റെ പ്രഹരശേഷി ഉയർത്തുന്നതിനുമാണ് ലക്ഷ്യം വെക്കുന്നത്. ഇതാണ് രാഷ്ട്രീയരംഗത്തെ വർഗ്ഗസമരത്തിന്റെ ഉള്ളടക്കം.

"ഒരു ആശയം സമൂഹത്തെയാകെ ഗ്രസിച്ചുകഴിഞ്ഞാൽ അതൊരു ഭൗതികശക്തിയായിമാറും." എന്ന മാർക്സിന്റെ നിരീക്ഷണം പ്രശസ്തമാണ്. വർഗ്ഗസമരം വിജയിപ്പിക്കുന്നതിൽ ആശയങ്ങൾക്കുള്ള പ്രാധാന്യമാണ് മാർക്സ് വെളിപ്പെടുത്തുന്നത്. ആശയരംഗത്ത് മേൽക്കോയ്മ (ഹെജിമണി)യുള്ള വർഗ്ഗത്തിന്, ബലപ്രയോഗം കൂടാതെതന്നെ, ഭരണം പിടിച്ചടക്കാനും ഭരണത്തിൽ തുടരാനും കഴിയുമെന്ന് പ്രസിദ്ധ ഇറ്റാലിയൻ കമ്യൂണിസ്റ്റ് ചിന്തകൻ അന്റോണിയോ ഗ്രാംഷി അഭിപ്രായപ്പെടുന്നു. മാധ്യമങ്ങളെ ഉപയോഗിച്ച് ജനമനസ്സുകളെ സ്വാധീനിക്കുവാൻ ശ്രമിക്കുന്നതിന്റെ ലക്ഷ്യവും മറ്റൊന്നല്ല. ഏതു കൊള്ളരുതാത്ത ഭരണവും, അതു തുടരുന്നതിൽ കുഴപ്പമില്ല എന്നു ജനങ്ങൾ ചിന്തിക്കുന്നിടത്തോളം ഭരണത്തിൽ തുടരും. ഒരു നിമിഷംപോലും ഭരണം തുടരരുത് എന്നു ജനങ്ങൾ ചിന്തിക്കുന്ന നിമിഷം ഭരണകൂടം താഴെ പതിക്കും. കല, സാഹിത്യം, സിനിമ, സീരിയലുകൾ, തത്ത്വശാസ്ത്രം, നിയമം, മാധ്യമങ്ങൾ, വിശ്വാസപ്രമാണങ്ങൾ, മതാചാരങ്ങൾ, അന്ധവിശ്വാസങ്ങൾ തുടങ്ങിയവയെല്ലാം ആശയരംഗത്ത് ഭരണവർഗ്ഗത്തിന്റെ സ്വാധീനവും വ്യാപ്തിയും ഉറപ്പിക്കാൻ പ്രയോഗിക്കപ്പെടുന്നു. അവയ്ക്കെതിരെ ചൂഷിതവർഗ്ഗം നടത്തുന്ന ആശയപ്രചാരണമാണ് സാംസ്കാരികരംഗത്തെ വർഗ്ഗസമരം.

വ്യവസ്ഥ തകർന്നാലും ആശയമണ്ഡലം തുടരും

ജന്മിത്തത്തിന്റെ തകർച്ചയിൽനിന്ന് മുതലാളിത്തവും മുതലാളിത്തത്തിന്റെ തകർച്ചയിൽനിന്ന് സോഷ്യലിസവും ജന്മംകൊള്ളുന്നു എന്നു മുമ്പ് പ്രസ്താവിച്ചുവല്ലോ. ജന്മികളും കുടിയാന്മാരും തമ്മിലെ പോരാട്ടത്തിൽ ജന്മിത്തം പൂർണ്ണമായും തകർന്ന് തൽസ്ഥാനത്ത് മുതലാളിത്തം പ്രതിഷ്ഠിക്കപ്പെടുന്നു എന്നല്ല മനസ്സിലാക്കേണ്ടത്. ജന്മിത്തവ്യവസ്ഥയ്ക്ക

കത്തു തന്നെ മുതലാളിത്തബീജം വളരുന്നു. മുതലാളിത്തത്തിന്റെ വളർച്ചയക്ക് ജന്മിത്തം തടസ്സമാകുമ്പോൾ ജന്മിത്തവ്യവസ്ഥയുടെ പുറംതോടു പൊളിച്ച് മുതലാളിത്തം വികസിക്കുകയാണു ചെയ്യുക.

അദ്ധ്വാനോപകരണങ്ങൾ നിരന്തരം വികസിക്കുകയാണ്. ഭൂവുടമസ്ഥതയാണ് ജന്മിത്തത്തിന്റെ അടിത്തറ. കൃഷിയും കന്നുകാലി വളർത്തലും മീൻപിടുത്തവും പോലുള്ള കൈത്തൊഴിലുകളാണ് പ്രധാന വരുമാന മാർഗ്ഗങ്ങൾ. ട്രാക്റ്ററുകളുടെ ഉപയോഗവും വളത്തിന്റെയും മുന്തിയ ഇനം വിത്തുകളുടെയും ഉപയോഗവും കാർഷികോല്പാദനം ഉയർത്തുന്നു. ആവശ്യം കഴിച്ചുള്ള മിച്ച ഉല്പന്നം വിറ്റ് പണം നേടാൻ അത് അവസരമുണ്ടാക്കുന്നു. ഉല്പാദനം ഉയരുന്നതിനനുസരിച്ച് കച്ചവടവും വരുമാനവും കൂടും. വരുമാനം കാർഷികേതരമേഖലയിൽ നിക്ഷേപിക്കുന്നതിന് അരങ്ങൊരുങ്ങും. വ്യവസായ നിക്ഷേപം വർദ്ധിക്കുമെന്നർത്ഥം. കൈവേല കൊണ്ടു നിർമ്മിക്കുന്ന വസ്തുക്കളുടെ സ്ഥാനത്ത് യന്ത്രങ്ങൾകൊണ്ട് നിർമ്മിക്കുന്ന വസ്തുക്കൾ ഉണ്ടാവുന്നു. ഉല്പാദനവർദ്ധന രണ്ടുകാര്യങ്ങൾ ആവശ്യമാക്കും; വിപുലമായ വിപണി, യഥേഷ്ടം ഉപയോഗിക്കാവുന്ന സ്വതന്ത്രരായ തൊഴിലാളികൾ. ജാതി-ജന്മിവ്യവസ്ഥയുടെ കെട്ടുപാടുകളിൽനിന്ന് അദ്ധ്വാനശേഷിയെ വിമോചിപ്പിക്കേണ്ടത് ആവശ്യമായിവരുന്നു. ജാതീയതയ്ക്കെതിരെയും തൊഴിൽ വൈദഗ്ദ്ധ്യത്തിനും വിദ്യാഭ്യാസത്തിനുമുള്ള ആവശ്യം ഉളവാകുന്നത് അങ്ങനെയാണ്. ജന്മിത്തത്തിന്റെ ചട്ടക്കൂടു പൊളിക്കേണ്ടത് മുതലാളിത്തവളർച്ചയ്ക്ക് അനിവാര്യമായിത്തീരുന്നു.

ഉല്പാദനശക്തികളും ഉല്പാദന ബന്ധങ്ങളും

ഉല്പാദിപ്പിക്കാനുള്ള സമൂഹത്തിന്റെ കഴിവ് നിരന്തരം വികസിക്കുകയാണ്. വൈവിദ്ധ്യമാർന്ന പല പല ഉല്പന്നങ്ങൾ സമൂഹം ഉല്പാദിപ്പിച്ചുകൊണ്ടിരിക്കുന്നു. വർദ്ധിച്ച അളവിൽ ഉല്പാദിപ്പിക്കുന്നു. നൂറുകൊല്ലം മുമ്പ് ഉണ്ടായിരുന്നതിനേക്കാൾ എത്രയോ മടങ്ങ് സാധനങ്ങളും സേവനങ്ങളും ഇന്നുണ്ട്. ഇനിയെത്രയോ മടങ്ങ് ഉല്പാദിപ്പിക്കപ്പെടും!

ഉല്പാദനത്തിന് അത്യാവശ്യം മൂന്ന് ഘടകങ്ങൾ വേണമെന്ന് വിശദീകരിച്ചു.

1. പ്രകൃതി വിഭവങ്ങൾ
2. അദ്ധ്വാനോപകരണങ്ങൾ
3. അദ്ധ്വാനശേഷി

പുതിയ പ്രകൃതി വിഭവങ്ങളുടെ കണ്ടുപിടുത്തവും ഉപയോഗവും ഉല്പാദനവർദ്ധനയെ സഹായിക്കും. നിലവിലുള്ള വിഭവങ്ങളുടെ കൂടുതൽ മെച്ചപ്പെട്ട വിനിയോഗം ഉല്പാദനവർദ്ധന കൈവരുത്തും. അദ്ധ്വാനോപകരണങ്ങളുടെ നവീകരണം ഉല്പാദനം വർദ്ധിപ്പിക്കും. വാസ്തവത്തിൽ ഉല്പാദന വർദ്ധനയുടെ നിർണ്ണായക ഘടകവും അതാണ്. അദ്ധ്വാനോപകരണങ്ങളുടെ നവീകരണമാണ് സാമൂഹ്യ വളർച്ചയുടെ ഉരകല്ല്. മണ്ണിൽ വെറുതെ വിത്തെറിയുന്ന രീതിയായിരുന്നു പണ്ട്. പിന്നീട് മണ്ണിൽ കമ്പുകൊണ്ട് ചാലുകീറി വിത്തിടുന്ന രീതി വന്നു. തുടർന്ന് ഇരുമ്പുകലപ്പകൊണ്ട് മണ്ണ് ഉഴുതുമറിക്കാമെന്നായി. ഇപ്പോൾ ട്രാക്റ്ററുകളുടെ ഉപയോഗവും. മീൻ പിടുത്തം മറ്റൊരുദാഹരണമാണ്. ചൂണ്ടയിട്ട് മീൻ പിടിക്കുകയായിരുന്നു പഴയ രീതി. പിന്നീട് ചെറിയ വഞ്ചിയും വലയും ഉപയോഗിച്ചു. ഏറെ കഴിഞ്ഞപ്പോൾ ബോട്ടുകൾ ഉപയോഗിച്ചു. ഇപ്പോൾ വൻ കപ്പലുകളും. മൊബൈൽ ഫോണിന്റെ കാര്യം നോക്കുക. എന്തെന്തെല്ലാം മാറ്റങ്ങൾ, ഉപയോഗങ്ങൾ!! ശാസ്ത്ര-സാങ്കേതിക വളർച്ച ഉല്പാദന വർദ്ധനയിലെ പ്രധാന ഘടകം തന്നെ.

അടിമത്ത വ്യവസ്ഥയിൽ സമൂഹത്തിന്റെ ഉല്പാദനക്കഴിവ് വളരെ പിന്നോക്കമായിരുന്നു. അതിനേക്കാൾ ഉയർന്ന ഉല്പാദനക്കഴിവുണ്ട് ജന്മിത്തവ്യവസ്ഥയ്ക്ക്. മുതലാളിത്തത്തിന്റെ ഉല്പാദനക്കഴിവ് ജന്മിത്തത്തിന്റേതിനേക്കാൾ ഉയർന്നതാണ്. അതുകൊണ്ടാണ് *കമ്യൂണിസ്റ്റ് മാനിഫെസ്റ്റോ* ഇങ്ങനെ പറഞ്ഞത്. "കഷ്ടിച്ച് ഒരു നൂറ്റാണ്ടുകാലത്തെ വാഴ്ചയ്ക്കിടയിൽ ബൂർഷ്വാസി സൃഷ്ടിച്ചിട്ടുള്ള ഉല്പാദന ശക്തികൾ, കഴിഞ്ഞുപോയ എല്ലാ തലമുറകളും ചേർന്നു സൃഷ്ടിച്ചിട്ടുള്ളതിനേക്കാൾ എത്രയോ വമ്പിച്ചതാണ്. ഭീമമാണ്!" 1848 ലാണ് *കമ്യൂണിസ്റ്റ് മാനിഫെസ്റ്റോ* പ്രസിദ്ധീകരിച്ചത്. ഇക്കഴിഞ്ഞ 168 വർഷത്തിനിടയിൽ സമൂഹത്തിന്റെ ഉല്പാദന ശക്തികൾ ഏറെ വളർന്നു!

ഉല്പാദനോപാധികൾ

അദ്ധ്വാനവിഷയവസ്തുക്കളും അദ്ധ്വാനോപകരണങ്ങളും ചേർന്നതിനെ ഉല്പാദനോപാധികൾ എന്നു വിളിക്കുന്നു. പ്രകൃതി വിഭവങ്ങളെയാണ് പൊതുവെ അദ്ധ്വാനവിഷയവസ്തുക്കൾ എന്ന് വിശേഷിപ്പിക്കുന്നത്. പ്രകൃതിയിൽനിന്നും നേരിട്ടു ലഭിക്കുന്നവ മാത്രമല്ല അദ്ധ്വാനവിഷയവസ്തുക്കൾ. ഒരിക്കൽ അദ്ധ്വാനശേഷി പ്രയോഗിച്ചു രൂപമാറ്റം വരുത്തിയവയും അദ്ധ്വാന വിഷയവസ്തുക്കളാകും. നൂൽ ഉണ്ടാക്കുന്ന കമ്പനിയിൽ പരുത്തിയാണ് അദ്ധ്വാന വിഷയ വസ്തു. വസ്ത്രം ഉണ്ടാക്കുന്ന കമ്പനിയിൽ നൂലാണ് വിഷയവസ്തു. റെഡിമെയ്ഡ് വസ്ത്രമുണ്ടാക്കുന്ന കമ്പനിയിൽ തുണിയാണ് വിഷയവസ്തു. ഉല്പാദനോപാധികളും അദ്ധ്വാനശേഷിയും ചേർന്നതാണ് സമൂഹത്തിന്റെ ഉല്പാദന ശക്തികൾ.

ഉല്പാദനശക്തികളും ഉല്പാദനബന്ധങ്ങളും

ഉല്പാദനം ഒറ്റയ്ക്കല്ലെന്നും സാമൂഹ്യമാണെന്നും നേരത്തെ വിശദമാക്കിയിട്ടുണ്ട്. ഉല്പാദനത്തിന്റെ ഭാഗമായി മനുഷ്യർ തമ്മിൽ പരസ്പരം ബന്ധത്തിൽ ഏർപ്പെടുന്നുണ്ട്. ഉല്പാദന പ്രവർത്തനത്തിന്റെ ഭാഗമോ ഫലമോ ആണ് അത്തരം ബന്ധങ്ങൾ. അവയെ ഉല്പാദനബന്ധങ്ങൾ എന്ന് വിശേഷിപ്പിക്കാം. ജന്മിയും കുടിയാനും തമ്മിലുള്ളത് ഉല്പാദന ബന്ധമാണ്. ജന്മി ഭൂമിയുടെ ഉടമയും കുടിയാൻ കൃഷിക്കാരനുമാണെന്നതാണ് ബന്ധത്തിന്റെ അടിസ്ഥാനം. സ്വത്തുടമ ബന്ധമാണത്. മറ്റൊരു രീതിയിൽ പറഞ്ഞാൽ ഉല്പാദനോപാധികളുടെ ഉടമസ്ഥതയാണ് ഉല്പാദനബന്ധത്തിന് അടിസ്ഥാനം. കുടിയാന്മാർ തമ്മിൽ തമ്മിലെ ബന്ധവും ഉല്പാദനബന്ധമാണ്. ഉല്പാദനോപാധിയായ ഭൂമി, ഉപകരണങ്ങൾ എന്നിവയിൽനിന്നും വിമുക്തരാക്കപ്പെട്ടിരിക്കുന്നു എന്നതാണ് പൊതുവായി ബന്ധപ്പെടുന്ന ഘടകം. കർഷകമുതലാളിയും കർഷകതൊഴിലാളിയും തമ്മിലെ ബന്ധം ഉല്പാദന ബന്ധമാണ്.

അടിമത്തത്തിലെ ഉല്പാദന ബന്ധം വ്യത്യസ്തമാണ്. അടിമകളും ഉടമകളും തമ്മിലെ ബന്ധമാണത്. മുതലാളിത്തത്തിൽ മുതലാളി-തൊ

ഴിലാളി ഉല്പാദന ബന്ധമുണ്ട്. ഇങ്ങനെ നോക്കുമ്പോൾ ഓരോ സാമൂഹ്യ വ്യവസ്ഥയ്ക്കും അതിന്റേതായ ഉല്പാദന ബന്ധങ്ങൾ ഉള്ളതായി മനസ്സിലാക്കാം. ഉല്പാദന ബന്ധങ്ങളുടെ അടിസ്ഥാനത്തിൽ സാമൂഹ്യ വ്യവസ്ഥയെ വേർതിരിക്കാം എന്നർത്ഥം.

ഉല്പാദന ശക്തികൾക്കൊപ്പം ഉല്പാദനബന്ധങ്ങൾ മാറുന്നില്ല

ഉല്പാദന ശക്തികളും ഉല്പാദന ബന്ധങ്ങളും തമ്മിൽ ബന്ധമുണ്ട്. ഉല്പാദനശക്തികൾക്ക് അനുയോജ്യമായാണ് ഉല്പാദന ബന്ധങ്ങൾ രൂപം കൊള്ളുന്നത്. അടിമത്തത്തിന്റെ കാര്യമെടുക്കാം. അടിമകളെ ഉപയോഗിച്ച് രാപ്പകൽ അദ്ധ്വാനിപ്പിക്കുന്നതാണ് അടിമത്തത്തിന്റെ രീതി. അടിമകൾ ജീവനുള്ള ഉപകരണങ്ങളാണ്. അടിമകളെ വില്ക്കുകയോ വാങ്ങുകയോ കൊല്ലുകയോ ആവാം. അടിമത്തത്തിലെ ഉല്പാദനശക്തികളുടെ വികാസത്തിന് അനുയോജ്യമായി അടിമ-ഉടമ ഉല്പാദന ബന്ധം നിലവിൽ വന്നു. അടിമത്തം ജന്മി കുടിയാൻ ഉല്പാദന ബന്ധം സൃഷ്ടിക്കുകയില്ല. സൃഷ്ടിക്കണമെങ്കിലോ, അടിമ-ഉടമ ഉല്പാദന ബന്ധം തകരണം. അതേപോലെ ജന്മിത്തം തൊഴിലാളി- മുതലാളി ഉല്പാദന ബന്ധം സൃഷ്ടിക്കുകയില്ല. സൃഷ്ടിക്കണമെങ്കിൽ ജന്മിത്ത ഉല്പാദന ബന്ധങ്ങൾ തകരണം.

ഇപ്പറഞ്ഞതിൽനിന്നും ഒരു കാര്യം പകൽപോലെ വ്യക്തമാവുന്നു. ജന്മിത്തം മുതലാളിത്തമായി വളർന്ന് തൊഴിലാളി-മുതലാളി ഉല്പാദന ബന്ധം വികസിക്കണമെങ്കിൽ ജന്മി-കുടിയാൻ ബന്ധം തകരണം. അഥവാ ജന്മിത്തം അവസാനിക്കണം. അതേപോലെ മുതലാളിത്തം സോഷ്യലിസ്റ്റ് ഉല്പാദനബന്ധത്തിലേക്ക് വഴിമാറണമെങ്കിൽ, മുതലാളി- തൊഴിലാളി ഉല്പാദന ബന്ധം തകരണം. പഴയ സാമൂഹ്യവ്യവസ്ഥയുടെ സ്ഥാനത്ത് പുതിയ സാമൂഹ്യ വ്യവസ്ഥയുടെ ഉല്പാദനബന്ധങ്ങൾ നിലവിൽ വരണം.

ഒരു സാമൂഹ്യ വ്യവസ്ഥയെ നിശ്ശേഷം തുടച്ചുമാറ്റിയല്ല മറ്റൊന്ന് ജന്മമെടുക്കുന്നത്. അതായത്, ജന്മിത്തത്തെ പൂർണ്ണമായും ഇല്ലായ്മ ചെയ്തല്ല മുതലാളിത്തം ഉടലെടുക്കുന്നത്. ജന്മിത്തത്തിനകത്തുതന്നെ മുതലാളിത്ത ഉല്പാദന ശക്തികൾ വികസിക്കുകയാണ്. അമ്മയുടെ ഉദരത്തിൽ കുഞ്ഞു വളരുന്നതുപോലെ. മുതലാളിത്ത ഉല്പാദന ശക്തികൾക്ക് പൂർണ്ണവികസനം കൈവരിക്കണമെങ്കിൽ ജന്മിത്ത ഉല്പാദന ബന്ധങ്ങൾ വഴിമാറണം. അടിമത്തത്തിനകത്ത് ജന്മിത്ത ഉല്പാദന ശക്തികൾ വികസിക്കുമ്പോഴത്തെ സ്ഥിതിയും അതുതന്നെ. അതായത് അടിമത്ത ഉല്പാദന ബന്ധങ്ങൾ പൂർണ്ണമായും ഇല്ലാതാകുന്നില്ല. ചുരുക്കത്തിൽ പുതിയ ഉല്പാദന ശക്തികളുടെ വികാസത്തിൽ പഴയ ഉല്പാദന ബന്ധങ്ങൾ തടസ്സമാകുന്നു. തടസ്സങ്ങൾ തട്ടി നീക്കലാണ് വിപ്ലവം.

സോഷ്യലിസ്റ്റ് വികാസത്തിന് തടസ്സം നില്ക്കുന്ന മുതലാളിത്ത ഉല്പാദന ബന്ധങ്ങളെ ഏതു വർഗ്ഗമാണ് തട്ടി നീക്കുക? സംശയം വേണ്ട. തൊഴിലാളിവർഗ്ഗം. എന്തുകൊണ്ട് തൊഴിലാളിവർഗ്ഗം?

തൊഴിലാളി വർഗ്ഗ നേതൃത്വം

മുതലാളിത്തത്തിനെതിരായ വർഗ്ഗസമരത്തിന് ആരാണ് നേതൃത്വം നല്കേണ്ടത്? ചരിത്രപരമായി ആ നിയോഗം ഏറ്റെടുക്കേണ്ടത് ഏതു വർഗ്ഗം? *സി പി എസ് യു (ബി)* ചരിത്രം എന്ന കൃതിയിൽ (കമ്യൂണിസ്റ്റ് പാർട്ടി ഓഫ് സോവിയറ്റ് യൂണിയൻ (ബോൾഷെവിക്) സ്റ്റാലിൻ ഇപ്രകാരം രേഖപ്പെടുത്തുന്നു.

> ലോകം സദാ ഇളകുകയും വളരുകയും ചെയ്തുകൊണ്ടിരിക്കുകയാണെങ്കിൽ പഴയത് നശിക്കുകയും പുതിയത് മുളച്ചുപൊന്തുകയും ചെയ്യുകയെന്നത് വളർച്ചയുടെ നിയമമാണെങ്കിൽ 'സുസ്ഥിരമായ' യാതൊരു സാമൂഹ്യവ്യവസ്ഥയും ഉണ്ടാവാൻ വയ്യ, സ്വകാര്യ സ്വത്തും ചൂഷണവും എന്ന ശാശ്വത തത്ത്വങ്ങളുണ്ടാവാൻ വയ്യ; കൃഷിക്കാരൻ ജന്മിക്കും തൊഴിലാളി മുതലാളിക്കും കീഴിലാവുകയെന്ന ശാശ്വതാശയങ്ങളുണ്ടാവാൻ വയ്യ. അതുകൊണ്ട് മുമ്പൊരിക്കൽ നാടുവാഴി വ്യവസ്ഥയ്ക്കു പകരം മുതലാളിത്തവ്യവസ്ഥ വന്നതുപോലെ, മുതലാളിത്ത വ്യവസ്ഥയ്ക്കു പകരം സോഷ്യലിസ്റ്റു വ്യവസ്ഥ വരുത്താൻ കഴിയും. ആകയാൽ, തല്ക്കാലം സാമൂഹ്യമേധാവിത്വം വഹിക്കുന്നതും എന്നാൽ വളർച്ച കിട്ടിക്കഴിഞ്ഞതുമായ ജനവിഭാഗങ്ങളല്ല നാം ആധാരമായെടുക്കേണ്ടത്; പകരം മേധാവിത്വം നേടിക്കഴിഞ്ഞിട്ടില്ലെങ്കിലും വളർന്നുവരുന്നതും മുന്നിൽ ഒരു ഭാവിയുള്ളതുമായ ജനവിഭാഗങ്ങളെയാണ്.

മുതലാളിത്തത്തിന്റെ ഉല്പന്നമാണ് തൊഴിലാളിവർഗ്ഗം

മുതലാളിത്തത്തിൽ വളർന്നുവരുന്നതും ഭാവിയുള്ളതുമായ വിഭാഗം

തൊഴിലാളി വർഗ്ഗമാണ്. *കമ്യൂണിസ്റ്റ് മാനിഫെസ്റ്റോ* ഇങ്ങനെ പറയുന്നു. "ഇന്ന് ബൂർഷ്വാസിക്ക് അഭിമുഖമായി നില്ക്കുന്ന എല്ലാ വർഗ്ഗങ്ങളിലും വെച്ച് യഥാർത്ഥത്തിൽ വിപ്ലവകാരിയായ ഒരേയൊരു വർഗ്ഗം തൊഴിലാളി വർഗ്ഗമാണ്. തൊഴിലാളിവർഗ്ഗമാണ് അതിന്റെ സവിശേഷവും സാരവത്തുമായ ഉല്പന്നം."

തൊഴിലാളിവർഗ്ഗമില്ലാതെ മുതലാളിത്ത വളർച്ച അസാദ്ധ്യമാണ്. പ്രകൃതി വിഭവങ്ങളുടെ വൻകൂമ്പാരമുണ്ടായതുകൊണ്ട് ഉല്പാദനം നടക്കുകയില്ല. അദ്ധ്വാനോപകരണങ്ങളുണ്ടാക്കാൻ തൊഴിലാളികൾ വേണം. അദ്ധ്വാനോപകരണങ്ങൾ പ്രയോഗിച്ച് ഉല്പാദനം നടത്താനും തൊഴിലാളികൾ വേണം. മുതലാളിത്ത ഉല്പാദനം വികസിക്കുന്തോറും തൊഴിലാളികളുടെ എണ്ണവും സംഘടനാ ശേഷിയും വർദ്ധിക്കും.

തൊഴിലാളിവർഗ്ഗത്തിനുമാത്രമായി മോചനമില്ല

മുതലാളിത്ത വളർച്ചയുടെ അനുപേക്ഷണീയ ഉപാധിയാണ് മൂലധന രൂപീകരണവും അതിന്റെ വർദ്ധനയും. മൂലധന രൂപീകരണത്തിന്റെ അടിസ്ഥാനം അദ്ധ്വാന ശേഷിയുടെ ചൂഷണമാണ്. തൊഴിലാളികൾക്കു നാമമാത്രകൂലി നല്കി. ശേഷിക്കുന്ന മിച്ചം കവർന്നെടുത്താണ് മൂലധന രൂപീകരണം നടത്തുന്നത്. എത്രത്തോളം മിച്ചം കവർന്നെടുക്കുന്നുവോ അത്രത്തോളം മൂലധനം വളരും; അത്രത്തോളം തൊഴിലാളി വർഗ്ഗം ദരിദ്രീകരിക്കപ്പെടും; സ്വയം ഒരു വിപ്ലവശക്തിയായി വളരാതെ നിലനില്പുപോലും അസാദ്ധ്യമെന്ന സ്ഥിതി തൊഴിലാളി വർഗ്ഗം അഭിമുഖീകരിക്കും. വ്യവസ്ഥിതിയെത്തന്നെ അട്ടിമറിക്കാതെ ജീവിതം സാദ്ധ്യമല്ലെന്ന സ്ഥിതി സംജാതമാകും. പക്ഷേ, ചൂഷണവ്യവസ്ഥയിൽനിന്ന് തൊഴിലാളി വർഗ്ഗത്തിനുമാത്രമായി മോചനം സാദ്ധ്യമല്ല. സമൂഹത്തെയാകെ എന്നെന്നേക്കുമായി മോചിപ്പിച്ചുകൊണ്ടേ തൊഴിലാളി വർഗ്ഗത്തിന്റെ മോചനം സാദ്ധ്യമാകൂ. സമഗ്രമായ ഒരു വിപ്ലവത്തിലൂടെ മാത്രമേ അത്തരമൊരു മാറ്റം വരുത്താൻ കഴിയൂ. വിപ്ലവം ഒരു അനിവാര്യതയാണ്. ഉല്പാദനശക്തികളുടെ വളർച്ചയും മാറാതെ തുടരുന്ന ഉല്പാദനബന്ധങ്ങളും വിപ്ലവത്തെ അനിവാര്യമാക്കുന്നു. ഉല്പാദനത്തിന്റെ സാമൂഹ്യ സ്വഭാവവും കൈയടക്കലിന്റെ സ്വകാര്യ സ്വഭാവവും തമ്മിൽ പൊരുത്തപ്പെടുന്നില്ല. ഉല്പന്നങ്ങളുടെ വിറ്റഴിക്കലും തൊഴിലാളികളുടെ ദാരിദ്ര്യവും തമ്മിൽ പൊരുത്തപ്പെടുന്നില്ല. ഈ വൈരുദ്ധ്യം തൊഴിലാളികളും മുതലാളികളും തമ്മിലെ ഏറ്റുമുട്ടൽ ചരിത്രപരമായ അനിവാര്യതയാക്കുന്നു.

തൊഴിലാളികൾക്കു മാത്രമായി വിപ്ലവം നടത്താനാകുമോ? ലെനിന്റെ കാലത്തുതന്നെ സോവിയറ്റ് യൂണിയനിലെ ചൂടേറിയ ചർച്ചാവിഷയങ്ങളിലൊന്നായിരുന്നു അത്. ലെനിൻ വ്യക്തവും ശാസ്ത്രീയവും പ്രയോഗക്ഷമവുമായ ഉത്തരം നല്കി. തൊഴിലാളി വർഗ്ഗം ന്യൂനപക്ഷമായ ഇന്ത്യയിലും അതുപോലുള്ള അവികസിത രാജ്യങ്ങളിലും മേൽചോദ്യം

പ്രധാനമാണ്. ഭൂരിപക്ഷം പേരും കൃഷിയിലും അനുബന്ധ തൊഴിലുകളിലും ഏർപ്പെട്ടവരായതുകൊണ്ടാണ് ചോദ്യം പ്രസക്തമാവുന്നത്.

മുതലാളിത്തത്തിന് അഭിമുഖമായി നില്ക്കുന്ന ഒരേയൊരു വർഗ്ഗം

മുതലാളിത്തത്തിന് അഭിമുഖമായി നില്ക്കുന്ന ഒരേയൊരു വർഗ്ഗം തൊഴിലാളി വർഗ്ഗമാണ്. കൃഷിക്കാർ തൊഴിലാളികളെപ്പോലെ ഒരു വർഗ്ഗമല്ല. കൃഷിക്കാരിൽ ഒരു വിഭാഗം ഭൂമിയുടെ ഉടമസ്ഥരാണ്. അവരിൽ ധനിക കൃഷിക്കാരുമുണ്ട്. ജന്മികളുമുണ്ട്. മുതലാളിത്ത പൂർവ്വവ്യവസ്ഥയായ ജന്മിത്തത്തിന്റെ ഭാഗമാണ് കൃഷിക്കാർ. തൊഴിലാളികൾ ഉല്പാദനോപാധികളുടെ ഉടമകളല്ല. അവർക്ക് നഷ്ടപ്പെടാനൊന്നുമില്ല. മുതലാളിത്തത്തിനെതിരെ പടനയിക്കാനുള്ള രാഷ്ട്രീയ ഇച്ഛാശക്തിയും സംഘടനാ ബലവും തൊഴിലാളി വർഗ്ഗത്തിനാണുള്ളത്.

തൊഴിലാളി - കർഷക ഐക്യം

എന്നാൽ, തൊഴിലാളി വർഗ്ഗത്തിന് മാത്രമായി വിപ്ലവം നടത്താനാവില്ല. കൃഷിക്കാരുടെയും കർഷകത്തൊഴിലാളികളുടെയും കലർപ്പില്ലാത്ത പിന്തുണയും പങ്കാളിത്തവും കൂടാതെ വിപ്ലവം വിജയിപ്പിക്കാനാവില്ല. ലെനിൻ അഭിപ്രായപ്പെട്ടതുപോലെ വിപ്ലവകാരികളെക്കൊണ്ടുമാത്രം വിപ്ലവം നടത്താൻ കഴിയുമെന്ന ധാരണയാണ് കമ്യൂണിസ്റ്റുകാർ വരുത്തുന്ന ഏറ്റവും വലുതും അപകടകരവുമായ തെറ്റുകളിലൊന്ന്. നേരെ മറിച്ച് യഥാർത്ഥത്തിൽ ചൈതന്യനിരതവും പുരോഗമിച്ചതുമായ വർഗ്ഗത്തിന്റെ മുന്നണി വിഭാഗമെന്ന പങ്കുവഹിക്കാൻ മാത്രമേ വിപ്ലവകാരികൾക്ക് കഴിയൂ എന്ന ആശയം മനസ്സിലാക്കണമെന്നതും പ്രാവർത്തികമാക്കണമെന്നതും കാര്യമായ ഏതൊരു വിപ്ലവപ്രവർത്തനത്തിന്റെയും വിജയത്തിന് ആവശ്യമാണ്. നയിക്കുന്ന ജനസമൂഹത്തിൽനിന്ന് ഒറ്റപ്പെടാതിരിക്കാനും സമൂഹത്തെയാകെ മുന്നോട്ട് നയിക്കാനും കഴിഞ്ഞാൽ മാത്രമേ മുന്നണി വിഭാഗം മുന്നണി വിഭാഗമെന്ന അതിന്റെ കടമ നിറവേറ്റൂ." ലെനിൻ തുടരുന്നു. "സോഷ്യലിസ്റ്റ് വിപ്ലവത്തിന്റെ വിജയത്തിനാവശ്യമായ ഒരുപാധി, തൊഴിലാളി വർഗ്ഗവുമായുള്ള അദ്ധ്വാനിക്കുന്നവരും ചൂഷിതരുമായ കർഷകസമൂഹത്തിന്റെ ഉറ്റ സഖ്യമാണ്."

1880 കളിൽ റഷ്യയിൽ കൃഷിക്കാരെ മുന്നണി വിഭാഗമെന്ന നിലയ്ക്ക് സംഘടിപ്പിക്കാനുള്ള ശ്രമം നടക്കുകയുണ്ടായി. നരോദ്നിക്കുകൾ എന്നു വിശേഷിപ്പിക്കപ്പെട്ട ഒരു കൂട്ടം ചെറുപ്പക്കാർ നാട്ടിൽപുറങ്ങളിലെ കൃഷിക്കാരെ ഇളക്കി വിടാനുള്ള ശ്രമം നടത്തി. (നരോദ് എന്നാൽ ജനങ്ങൾ എന്നാണർത്ഥം) എന്നാൽ ആ ശ്രമം പരാജയപ്പെട്ടു. തുടർന്ന് നരോദ്നിക്കുകളിൽ ഒരുവിഭാഗം ബലപ്രയോഗത്തിന്റെ വക്താക്കളായി. മറുവിഭാഗം വിപ്ലവശക്തിയായി ബൂർഷ്വാസിയെ അംഗീകരിക്കുന്നിടംവരെ എത്തി. ഈ ദ്വിമുഖപ്രവണതകൾക്കെതിരെ ശക്തമായ പ്രത്യയശാസ്ത്രപോരാട്ടം നട

ത്തിയാണ് ലെനിൻ തൊഴിലാളിവർഗ്ഗത്തെയും തൊഴിലാളി വർഗ്ഗത്തിന്റെ മുന്നണിപ്പടയായ കമ്യൂണിസ്റ്റ് പാർട്ടിയെയും വിപ്ലവനേതൃത്വ പദവിയിലേക്കുയർത്തിയത്.

ഇന്ത്യയിൽ വൻകിട ബൂർഷ്വാസിയും ഭൂപ്രഭുക്കളുമാണ് ഭരണകൂട നേതൃത്വത്തിൽ. സാമ്രാജ്യത്വവുമായി ഭരണനേതൃത്വം കൂടുതൽ സഹകരിക്കുന്നു. ജന്മിത്തത്തെ പൂർണ്ണമായി തകർക്കാൻ ഭൂപ്രഭുക്കളുമായുള്ള ചങ്ങാത്തം നിമിത്തം വൻകിട ബൂർഷ്വാസി തയ്യാറല്ല. സാമ്രാജ്യത്വവുമായി സഹകരിക്കുന്ന വൻകിട ബൂർഷ്വാസി- ഭൂപ്രഭു ഭരണകൂടത്തെ മാറ്റാൻ തൊഴിലാളി വർഗ്ഗനേതൃത്വത്തിൽ നടത്തുന്ന ജനകീയ ജനാധിപത്യ വിപ്ലവത്തിനു മാത്രമേ കഴിയൂ. വിപ്ലവനേതൃത്വം തൊഴിലാളി വർഗ്ഗത്തിനാണ്. തൊഴിലാളികളും കൃഷിക്കാരും തമ്മിലെ ഐക്യമാണ് വിപ്ലവത്തിന്റെ അച്ചുതണ്ട്. സ്റ്റാലിൻ അഭിപ്രായപ്പെടുന്നതുപോലെ "നമുക്ക് തെറ്റുപറ്റാതിരിക്കാൻ വിട്ടുവീഴ്ചയില്ലാത്ത തൊഴിലാളിവർഗ്ഗ നയമാണ് നാം അവലംബിക്കേണ്ടത്. തൊഴിലാളി-ബൂർഷ്വാ നയങ്ങളുടെ ഐക്യം വേണമെന്ന മിതവാദി നയമല്ല; മുതലാളിത്തം വളർന്നു വന്ന് "സോഷ്യലിസമാവും എന്നുള്ള അനുരഞ്ജനക്കാരുടെ നയവുമല്ല."

മുതലാളിത്ത ഉല്പാദന ബന്ധങ്ങൾക്കകത്ത് നാമ്പെടുത്ത സോഷ്യലിസ്റ്റ് ഉല്പാദന ശക്തികളുടെ വളർച്ചയ്ക്ക് മുതലാളിത്ത ഉല്പാദന ബന്ധങ്ങൾ തടസ്സം നില്ക്കുന്നത് കൊണ്ടാണ് ആ ഉല്പാദനബന്ധങ്ങളെ തട്ടിമാറ്റേണ്ടിവരുന്നത്. അതിനു നേതൃത്വം നല്കുകയാണ് തൊഴിലാളി വർഗ്ഗത്തിന്റെ ചരിത്രപരമായ കടമ. മുതലാളിത്തത്തിന്റെ തകർച്ച അനിവാര്യമെങ്കിലും അതു സ്വയം തകർന്നുകൊള്ളുമെന്നു സ്വപ്നം കാണരുത്. തൊഴിലാളിവർഗ്ഗത്തെ ഒരു വിപ്ലവശക്തിയായി ഉയർത്തിക്കൊണ്ടു മാത്രമേ മുതലാളിത്ത വ്യവസ്ഥയ്ക്ക് അറുതി വരുത്താനാവൂ.

ചരക്കുല്പാദന വ്യവസ്ഥ

മുതലാളിത്തം ചരക്കുല്പാദനവ്യവസ്ഥയാണ്. കുറച്ചു കൂടി വ്യക്തമാക്കിയാൽ, സാർവ്വത്രിക ചരക്കുല്പാദന വ്യവസ്ഥയാണ്. ഉല്പാദിപ്പിച്ച് കൈമാറ്റം ചെയ്യുന്ന ഉല്പന്നങ്ങൾ മാത്രമല്ല ചരക്കുകൾ. അദ്ധ്വാനശേഷിയും ചരക്കാണ്. തൊഴിൽ കമ്പോളത്തിൽ വില്ക്കുകയും വാങ്ങപ്പെടുകയും ചെയ്യുന്ന ചരക്ക്, അതുകൊണ്ട് മുതലാളിത്തത്തെ സാർവ്വത്രിക ചരക്കുല്പാദനവ്യവസ്ഥ എന്നുവിളിക്കാം. മുതലാളിത്തത്തിൽ എല്ലാം ചരക്കുകളാണ്. മറ്റു ചരക്കുകളെപ്പോലെ തൊഴിലാളികളുടെ അദ്ധ്വാനശേഷിയും ചരക്കായതുകൊണ്ടാണ് സാർവ്വത്രിക ചരക്കുല്പാദന വ്യവസ്ഥ എന്നു വിശേഷിപ്പിക്കുന്നത്. ചരക്കുകളുടെ സ്വഭാവം വിശദമാക്കിക്കൊണ്ടാണ് മാർക്സ് *മൂലധനം* ആരംഭിക്കുന്നത്.

ചരക്കുകൾക്ക് ഉപയോഗമൂല്യമുണ്ട്; കൈമാറ്റ മൂല്യമുണ്ട്. രണ്ടുംപ്രധാനമാണ്. മുതലാളിത്തത്തിന്റെ ലക്ഷ്യം കൈമാറ്റമൂല്യമാണ്. ചരക്കുകളുടെ വില്പനയും ലാഭവുമാണ് മുതലാളിത്തലക്ഷ്യം. വില്ക്കാൻ വേണ്ടി നിർമ്മിച്ച വസ്തുക്കളും സേവനങ്ങളുമാണ് ചരക്കുകൾ.

മുതലാളിത്തം ഒരു ഉല്പാദന രീതി അഥവാ സാമൂഹ്യ വ്യവസ്ഥയാണ്. മുതലാളിത്തം പണ്ടേ ഉണ്ടായിരുന്നു; അത് കല്പാന്തകാലം തുടരും എന്ന് മുതലാളിത്തത്തിന്റെ വക്താക്കൾ പറയുന്നു. മുതലാളിത്തം പണ്ടേ ഉണ്ടായിരുന്നില്ല. അത് കല്പാന്തകാലം നിലനില്ക്കുകയുമില്ല. അടിമത്തം ഒരു സാമൂഹ്യ വ്യവസ്ഥ ആണല്ലോ. ആ വ്യവസ്ഥ എക്കാലവും നിലനില്ക്കുമെന്ന് ഉടമവർഗ്ഗം ആഗ്രഹിച്ചിരുന്നു. അല്ലെങ്കിൽ പ്രതീക്ഷിച്ചിരുന്നു. പക്ഷേ, അങ്ങനെ സംഭവിച്ചില്ല. അടിമകളും ഉടമകളും തമ്മിലെ സംഘട്ടനവും പുതിയ വ്യവസ്ഥയുടെ വിജയവും അതിന്റെ അനിവാര്യമായ തകർച്ച ഉറപ്പാക്കി. ജന്മിത്തത്തിന് സംഭവിക്കുന്നതും അതുതന്നെ.

ജന്മിത്തം നിലനിർത്താൻ ജന്മിവർഗ്ഗം എത്രമേൽ കിണഞ്ഞു ശ്രമിച്ചാലും രക്ഷയില്ല. ജന്മികളും കുടിയാന്മാരും തമ്മിലെ വർഗ്ഗ സംഘട്ടനത്തിൽ ആ വ്യവസ്ഥ തകരും.

അടിമത്തവും ജന്മിത്തവും പിന്നിട്ട് ചരിത്രപരമായി വികസിച്ചു വന്ന സാമൂഹ്യവ്യവസ്ഥയാണ് മുതലാളിത്തം. കഷ്ടി നാല് നൂറ്റാണ്ട് കാലത്തെ ചരിത്രമേ മുതലാളിത്തത്തിനുള്ളൂ. വ്യവസായ മുതലാളിത്തത്തിന് രണ്ടു നൂറ്റാണ്ടിന്റെയും മുതലാളിത്തം വർഗ്ഗ സംഘട്ടനത്തിൽ നിലം പൊത്തുന്നതിന് മുൻവ്യവസ്ഥകൾ തകർന്നതുതന്നെ തെളിവ്. മുൻവ്യവസ്ഥകൾ തകർന്നത് വർഗ്ഗസംഘട്ടനത്തിലാണ്. വർഗ്ഗസംഘർഷം ഏറ്റവും മൂർച്ഛിച്ച വ്യവസ്ഥയാണ് മുതലാളിത്തം. അപ്പോൾ പിന്നെ മുതലാളിത്തം മാത്രം ശാശ്വതമായി തുടരും എന്ന് ചിന്തിക്കുന്നത് പരമാബദ്ധം.

മുതലാളിത്തവും മുൻസാമൂഹ്യവ്യവസ്ഥകളും തമ്മിൽ വ്യത്യാസമുണ്ട്. മുതലാളിത്തം ഉൾപ്പെടെ മൂന്ന് വ്യവസ്ഥകളും ചൂഷണവ്യവസ്ഥകളാണ്. കാരണം അവ വർഗ്ഗവ്യവസ്ഥകളാണ്. ഉല്പാദനോപാധികളുടെ ഉടമവർഗ്ഗത്തിന് അതില്ലാത്തവരെ ചൂഷണം ചെയ്യാതെ നിലനില്ക്കാനോ വളരാനോ കഴിയില്ല. കൃഷിക്കാരെ ചൂഷണം ചെയ്യാതെ എങ്ങനെയാണ് ജന്മികൾക്ക് നിലനില്ക്കാനാവുക? തൊഴിലാളികളെ ചൂഷണം ചെയ്യാതെ എപ്രകാരമാണ് മുതലാളികൾക്ക് വളരാനാവുക? മുതലാളികൾ സ്വയം അദ്ധ്വാനിക്കുന്നവരല്ലല്ലോ? പക്ഷേ, ചൂഷണത്തിന്റെ രീതികൾ വ്യത്യസ്തങ്ങളാണ്.

വളർന്നുകൊണ്ടേ മുതലാളിത്തത്തിനു നിലനില്പുള്ളൂ

മുൻവ്യവസ്ഥകളും മുതലാളിത്തവും തമ്മിൽ ഒരു മൗലിക വ്യത്യാസമുണ്ട്. വളർന്നുകൊണ്ടുമാത്രമേ മുതലാളിത്തത്തിന് നിലനില്ക്കാനാവുകയുള്ളൂ. കാരണം, മുതലാളിത്തം മത്സരവ്യവസ്ഥയാണ്. മത്സരത്തിൽ വിജയിക്കണമെങ്കിൽ ഉല്പാദനവിതരണ സംവിധാനങ്ങൾ നിരന്തരം പരിഷ്കരിച്ചുകൊണ്ടിരിക്കണം. കൂടുതൽ ഉല്പാദന ക്ഷമങ്ങളായ സാങ്കേതിക വിദ്യകൾ നിരന്തരം വികസിപ്പിച്ചുകൊണ്ടിരിക്കണം. പുതിയ യന്ത്രങ്ങൾ, പരിശീലനം ലഭിച്ച തൊഴിലാളികൾ, പുതിയ അസംസ്കൃത വസ്തുക്കൾ അങ്ങനെ പലതും. *കമ്യൂണിസ്റ്റ് മാനിഫെസ്റ്റോ* പറയുന്നത് ശ്രദ്ധിക്കുക.

> ഉല്പാദനോപാധികളിലും തദ്വാരാ ഉല്പാദന ബന്ധങ്ങളിലും അതോടൊപ്പം സാമൂഹ്യബന്ധങ്ങളിലൊട്ടാകെയും നിരന്തരം വിപ്ലവകരമായ പരിവർത്തനം വരുത്താതെ ബൂർഷ്വാസിക്ക് നിലനില്ക്കാനാവില്ല. ഇതിന് മുമ്പുണ്ടായിരുന്ന എല്ലാ വ്യാവസായിക വർഗ്ഗങ്ങളുടെയും നിലനില്പിന്റെ ആദ്യത്തെ ഉപാധി, പഴയ ഉല്പാദന രീതികളെ യാതൊരു മാറ്റവും കൂടാതെ നിലനിർത്തുകയെന്നതായിരുന്നു. ഉല്പാദനത്തിൽ നിരന്തരം വിപ്ലവകരമായ പരിവർത്തനം,

എല്ലാ സാമൂഹ്യ ബന്ധങ്ങളെയും ഇടതടവില്ലാതെ ഇളക്കിമറിക്കൽ ശാശ്വതമായ അനിശ്ചിതാവസ്ഥയും പ്രക്ഷോഭവും- ഇതെല്ലാം ബൂർഷ്വാ കാലഘട്ടത്തെ എല്ലാ പഴയ കാലഘട്ടങ്ങളിൽനിന്നും വേർപിരിക്കുന്നു."

അടിമത്തത്തിലും ജന്മിത്തത്തിലും ചൂഷണം ബലപ്രയോഗത്തിലൂടെ

ചൂഷണരീതികൾ വ്യത്യസ്തമാണെന്നു സൂചിപ്പിച്ചുവല്ലോ. ബലപ്രയോഗമാണ് അടിമത്തത്തിന്റെയും ജന്മിത്തത്തിന്റെയും ചൂഷണോപാധികൾ. നിഷ്ഠുരവും മറയില്ലാത്തതുമായ മർദ്ദനമുറകളാണ് അടിമകൾക്കുമേൽ പ്രയോഗിച്ചത്. അടിമകളെ കച്ചവടം ചെയ്യുക സാധാരണം. ഒളിച്ചോടിപ്പോയ അടിമകളെ പിടിച്ചുകൊണ്ട് വന്ന് തടവിൽ പട്ടിണിക്കിടക്കുന്നതും സാധാരണം. അടിമകളെ കൊല്ലുന്നതും സാധാരണം. ഉടമവർഗ്ഗം ഉണ്ടാക്കിയ നിയമവും ഭരണകൂടവും അതിന് കൂട്ടുണ്ട്. രാപ്പകൽ അദ്ധ്വാനത്തിന് ജീവൻ നിലനിർത്താനാവശ്യമായ ഭക്ഷണമേ നല്കൂ. കൂലി നല്കിയിരുന്നില്ല. അതുകൊണ്ടത് കൂലി വ്യവസ്ഥയല്ല. ജീവനുള്ള ഉപകരണങ്ങളായാണ് അടിമകളെ കരുതിയത്. അടിമകളുടെ അദ്ധ്വാനഫലം പൂർണ്ണമായും ഉടമവർഗ്ഗം കൈയടക്കി.

ഏറെയൊന്നും വ്യത്യസ്തമല്ല ജന്മിത്തവ്യവസ്ഥയും. ജന്മികൾക്ക് കൃഷിക്കാരെ കൊല്ലാനുള്ള സ്വാതന്ത്ര്യമില്ല. പക്ഷേ, മർദ്ദനങ്ങളും കുടിലിന് തീവെപ്പും മാനഭംഗങ്ങളും ധാരാളം. സ്വന്തമായി കൃഷി ചെയ്യാനും കുടിൽ കെട്ടാനുമായി തുണ്ടുഭൂമി അനുവദിക്കപ്പെടും. കൃഷി ചെയ്തുണ്ടാക്കുന്ന ഉല്പന്നം ജന്മിയുടെ ദയാദാക്ഷിണ്യത്തിനു വിധേയമായി കുടിയാന് ഉപയോഗിക്കാം. മലയപ്പുലയനും ഭാര്യയും മക്കളും ഓമനിച്ചു വളർത്തിയ വാഴയ്ക്ക് കുലവരുമ്പോൾ ജന്മിയും കാര്യസ്ഥനും കവർന്ന് കൊണ്ടുപോകുന്നത് കേവലം കവിതയല്ല; യാഥാർത്ഥ്യമാണ്. കൂടുതൽ ദിവസങ്ങളിലും ജന്മിയുടെ പാടത്ത് കൂലി കൂടാതെ അദ്ധ്വാനിക്കാൻ കുടിയാൻ നിർബ്ബന്ധിതനാണ്. വിരുത്തി വേലയാണത്. ജന്മിത്തം കൂലിവേല സമ്പ്രദായമല്ല. കൂലിയില്ലാത്ത അദ്ധ്വാനം ജന്മി കവർന്നെടുക്കുന്ന അദ്ധ്വാനപ്പാട്ടമാണ്. അന്യായമായ പാട്ടവും പിരിവുകളും നല്കാൻ കൃഷിക്കാർ നിർബ്ബന്ധിതമാണ്. കേരളത്തിൽത്തന്നെ പത്തുപറ പാട്ടമളക്കുമ്പോൾ മൂന്നുപറ ഉണക്കുവാശിയായി അളക്കലും, നുരിവെയ്ക്കലും, മുക്കാലും, കാഴ്ചയും എല്ലാം നിലവിലുണ്ടായിരുന്നുവല്ലോ.

മുതലാളിത്തത്തിൽ ചൂഷണം മറച്ചുവെക്കപ്പെടുന്നു

മുതലാളിത്തത്തിലെ ചൂഷണരീതി വ്യത്യസ്തമാണ്. തുറന്ന ചൂഷണമില്ല. തൊഴിലാളികളെ മുതലാളി മർദ്ദിക്കുന്നില്ല. വില്ക്കുന്നില്ല. കൊല്ലുന്നുമില്ല. പുറമേയ്ക്ക് വെളിപ്പെടുന്ന ചൂഷണമില്ല. എന്നാൽ കൊടിയ ചൂഷ

ണമുണ്ട്. കറുത്ത തിരശ്ശീലയിട്ട കണക്കെ ചൂഷണം മറച്ചുവെക്കപ്പെടുന്നു. കൂലിക്കൂടുതൽ, ചിലപ്പോൾ ഉയർന്ന കൂലിതന്നെ ലഭിച്ചാൽ ചൂഷണം കുറയുന്നു അല്ലെങ്കിൽ ഇല്ലാതാകുന്നു എന്നു വിശ്വസിക്കാൻ തൊഴിലാളികളെ മുതലാളിത്തം സജ്ജമാക്കുന്നു. മുതലാളിത്തം ജനാധിപത്യപരമാണ്, എല്ലാവരും തുല്യരാണ്, എന്ന ധാരണ വളർത്താൻ മുതലാളിത്തത്തിന് കഴിയുന്നു.

മറച്ചു പിടിക്കപ്പെടുന്ന തൊഴിലാളി വർഗ്ഗ ചൂഷണത്തിന്റെ ആഴവും പരപ്പും തൊഴിലാളി വർഗ്ഗത്തെ ബോദ്ധ്യപ്പെടുത്തുകയാണ് മാർക്സും എംഗൽസും അനുഷ്ഠിച്ച ചരിത്ര ദൗത്യം. അപ്രകാരം ബോദ്ധ്യപ്പെടുന്ന തൊഴിലാളി വർഗ്ഗം വ്യവസ്ഥയുടെ തന്നെ അറുതിവരുത്തുവാൻ സന്നദ്ധമാകും.

മുതലാളിത്തം കൂലിവേല വ്യവസ്ഥ

അടിമ-ജന്മിത്തവ്യവസ്ഥകളിൽനിന്ന് വ്യത്യസ്തമായി മുതലാളിത്തം കൂലിവേല വ്യവസ്ഥയാണ്. അദ്ധ്വാനശേഷിയുടെ ഉടമകൾ തൊഴിലാളികളാണ്. അദ്ധ്വാനശേഷിയെന്നാൽ കായികവും മാനസികവുമായ അദ്ധ്വാനിക്കാനുള്ള കഴിവ് എന്നർത്ഥം. അദ്ധ്വാനശേഷി വിറ്റ് തൊഴിലാളികൾ ഉപജീവനം നടത്തുന്നു. അദ്ധ്വാനശേഷി വില്ക്കാനുള്ള സ്വാതന്ത്ര്യമുണ്ട്. അടിമകൾക്കും കുടിയാന്മാർക്കും ആ സ്വാതന്ത്ര്യമില്ല. പക്ഷേ, തൊഴിലാളി അനുഭവിക്കുന്നത് പരിമിതമായ സ്വാതന്ത്ര്യമാണ്. മുതലാളിക്കുവേണ്ടി പണിയെടുക്കാതെ തൊഴിലാളികൾക്ക് ജീവിതം മുന്നോട്ടുകൊണ്ടുപോകാനാവില്ല. മുതലാളിയെ തെരഞ്ഞെടുക്കാൻ സ്വാതന്ത്ര്യമുണ്ട്. പക്ഷേ, ആർക്കെങ്കിലും വേണ്ടി പണിയെടുത്തേ ജീവിക്കാനാവൂ. ചുരുക്കത്തിൽ മുതലാളിത്തം കൂലി അടിമത്തമാണ്.

മുതലാളിത്തത്തിനു താല്പര്യം സ്വതന്ത്രരായ തൊഴിലാളികളിലാണ്. അടിമകളിലോ കുടിയാന്മാരിലോ അല്ല. യഥേഷ്ടം തൊഴിൽ കമ്പോളത്തിൽ നിന്നും വാങ്ങാൻ കിട്ടണം. ഇഷ്ടം പോലെ പിരിച്ചുവിടാനും കഴിയണം. അതുകൊണ്ട് മുതലാളിത്തം സ്വാതന്ത്ര്യത്തെച്ചൊല്ലി വാചാലമാകുന്നു. ധാരാളം തൊഴിലാളികളുടെ സാന്നിദ്ധ്യം കുറഞ്ഞ കൂലിക്ക് അദ്ധ്വാനശേഷി ഉറപ്പുവരുത്തുന്നു. എന്നാൽ തൊഴിലാളികൾക്ക് യഥേഷ്ടം അദ്ധ്വാനശേഷി വില്ക്കാനാവില്ല, അവർ തയ്യാറായാൽപ്പോലും. മുതലാളിത്ത ഉല്പാദനത്തിന്റെ ആവശ്യത്തിനനുസരിച്ചു മാത്രമേ തൊഴിലാളികളെ വിലയ്ക്കു വാങ്ങൂ. ഉല്പാദനം കുറയ്ക്കുമ്പോൾ, തൊഴിലാളികൾക്കുള്ള ആവശ്യം ചുരുങ്ങും. തൊഴിലില്ലായ്മ വർദ്ധിക്കും.

മിച്ചമൂല്യസിദ്ധാന്തം

ഉല്പാദിപ്പിക്കുന്ന ചരക്ക് അപ്പാടെയോ അല്ലെങ്കിൽ വിറ്റു കിട്ടുന്ന തുക മുഴുവനുമായോ തൊഴിലാളികൾക്ക് കൂലിയായി നല്കിയാൽ എന്താണ് സംഭവിക്കുക എന്നതു ലളിതമായ ചോദ്യമാണ്. ഉത്തരവും ലളിതം. യാതൊന്നും മിച്ചമായി അവശേഷിക്കുകയില്ല. മുതലാളികൾക്ക് ലാഭമുണ്ടാവുകയില്ല. ആയതിനാൽ മുതലാളിത്തം എപ്പോഴും തൊഴിലാളികൾക്ക് കുറച്ചുമാത്രം കൂലി നല്കി, തങ്ങളുടെ മിച്ചം പരമാവധി ഉയർത്താൻ ശ്രമിച്ചുകൊണ്ടിരിക്കും. തൊഴിലാളികളുടെ ആകെ അദ്ധ്വാനത്തിൽ കൂലി കുറച്ച് അവശേഷിക്കുന്നതാണ് മിച്ചമൂല്യം. മിച്ചമൂല്യം മുതലാളിത്തം കവർന്നെടുക്കുന്നു.

ഇവിടെ വളരെ പ്രസക്തമായ ഒരു ചോദ്യമോ ഒന്നിലേറെ ചോദ്യങ്ങളോ ഉയരുന്നു. ആരാണ് മൂല്യം സൃഷ്ടിക്കുന്നത്? മുതലാളി? ഉപകരണങ്ങൾ? അസംസ്കൃത വസ്തുക്കൾ? അദ്ധ്വാനശേഷി? ഇവയിലേത്?

മൂല്യത്തിന്റെ അടിസ്ഥാനം-അദ്ധ്വാനം

മൂല്യം എന്നാൽ എന്ത് എന്ന് വിശദമാക്കാൻ ആദ്യം ശ്രമിക്കാം. രണ്ടു ചരക്കുകൾ തമ്മിലെ, അല്ലെങ്കിൽ ചരക്കും പണവുമായി, കൈമാറ്റ (വിനിമയ) നിരക്കിനെയാണ് മൂല്യം എന്ന് അർത്ഥമാക്കുന്നത്. മൂല്യം എന്നതുകൊണ്ട് ഉദ്ദേശിക്കുന്നത് വിനിമയമൂല്യമാണ്.

ഒരുദാഹരണമെടുക്കാം. ഒരു കസേരയ്ക്കു പകരം അഞ്ച് പേനകൾ കൈമാറ്റം ചെയ്യപ്പെടുന്നു എന്നു കരുതുക. അവയുടെ വിനിമയമൂല്യം, അഥവാ മൂല്യം തുല്യമായതുകൊണ്ടാണ്, കൈമാറ്റം നടക്കുന്നതെന്നു വിശദീകരിക്കേണ്ടതില്ലല്ലോ. വിനിമയമൂല്യം തുല്യമാകാൻ കാരണമെന്ത് എന്നാണ് ഇനി അന്വേഷിക്കേണ്ടത്. രണ്ടിലും ഉപയോഗിക്കപ്പെട്ട അസം

സ്കൃത വസ്തുക്കൾ വേറെയാണ്. ഉപയോഗം, ആകൃതി, എണ്ണം, നിറം എല്ലാം വ്യത്യസ്തം. എന്നിട്ടും രണ്ടു ചരക്കുകളുടെയും മൂല്യം തുല്യമായിരിക്കുന്നു. അതിൽനിന്നും ഒരുകാര്യം വ്യക്തം. രണ്ടിലും എന്തോ ഒരു പൊതുഗുണം അടങ്ങിയിട്ടുണ്ട്. അതെന്താണ്? രണ്ടു ചരക്കുകളും അദ്ധ്വാനശേഷി പ്രയോഗിച്ചാണ് നിർമ്മിച്ചത്. കസേര (അല്ലെങ്കിൽ പേന) നിർമ്മിക്കാൻ അദ്ധ്വാനശേഷി പ്രയോഗിച്ചു. ഉളിയും, കൊട്ടുവടിയും ചിന്തേരും ആണിയും മെഴുകും പോളിഷും ഉണ്ടാക്കാനും അദ്ധ്വാനശേഷി പ്രയോഗിച്ചു. മരം മുറിച്ചതും അദ്ധ്വാനശേഷികൊണ്ട്. അതിനുള്ള വാളുണ്ടാക്കിയതും കൊണ്ടുവരാനുള്ള ഉന്തുവണ്ടിയുണ്ടാക്കിയതും അദ്ധ്വാനശേഷി കൊണ്ട്. അദ്ധ്വാനശേഷി പ്രയോഗിച്ചില്ലായിരുന്നെങ്കിൽ കസേര അതിന്റെ മുൻ രൂപമായ കാട്ടിലെ അല്ലെങ്കിൽ പറമ്പിലെ തടിയുടെ രൂപത്തിൽ തുടരുമായിരുന്നു.

മൂല്യത്തിന്റെ അദ്ധ്വാനസിദ്ധാന്തം

അദ്ധ്വാനശേഷി പ്രയോഗിക്കുന്നു എന്നു പലയാവർത്തി പറഞ്ഞു വല്ലോ. വാസ്തവത്തിൽ എന്താണ് സംഭവിക്കുന്നത്? തൊഴിലാളി അയാളുണ്ടാക്കിയ ചരക്കിനകത്തു പ്രവേശിക്കുന്നില്ല. അദ്ധ്വാനിക്കാനുള്ള ശേഷിയും അയാൾ ചരക്കിനകത്തേക്ക് കടത്തിവിടുന്നില്ല. അങ്ങനെ കടത്തിവിട്ടിരുന്നെങ്കിൽ അടുത്ത മണിക്കൂറിൽ അല്ലെങ്കിൽ പിറ്റേന്ന് അദ്ധ്വാനിക്കാനുള്ള കഴിവ് എങ്ങനെ അവശേഷിക്കും? അദ്ധ്വാനമാണ് ചരക്കിൽ ചേരുന്നത്. ഇതിനെ മൂല്യത്തിന്റെ അദ്ധ്വാന സിദ്ധാന്തം എന്നുവിളിക്കാം.

രണ്ടുചരക്കുകൾ തമ്മിൽ വിനിമയമൂല്യം എന്തുകൊണ്ടുതുല്യമാകുന്നു എന്ന ചോദ്യത്തോടെയാണല്ലോ തുടങ്ങിയത്. ഇപ്പോൾ ഉത്തരം കിട്ടി. രണ്ടുചരക്കിലും അദ്ധ്വാനം അടങ്ങിയിട്ടുണ്ട്. തുല്യഅളവിൽ അടങ്ങിയിട്ടുണ്ട്. അദ്ധ്വാനത്തെ അളക്കാം. ഇത്ര മണിക്കൂർ, ഇത്രദിവസം, ഇത്ര ആഴ്ച എന്നിങ്ങനെ. ഒരു കസേരയും അഞ്ചുപേനകളും കൈമാറാൻ കാരണം, ഉദാഹരണമായി, കസേരയുണ്ടാക്കാൻ 10 മണിക്കൂർ എടുത്തെങ്കിൽ അഞ്ച് പേനയുണ്ടാക്കാനും വേണ്ടിവന്നു 10 മണിക്കൂർ അദ്ധ്വാനം.

എല്ലാവരും ഒരേ പ്രാവീണ്യമുള്ളവരല്ലല്ലോ. വിദഗ്ദ്ധ തൊഴിലാളികൾക്കു കുറച്ചുസമയം മതിയാകും. പിന്നെയെങ്ങനെ അദ്ധ്വാനസമയം കൊണ്ട് വിനിമയമൂല്യം താരതമ്യം ചെയ്യാൻ കഴിയുമെന്നു ചോദിച്ചേക്കാം. എല്ലാ തൊഴിലാളികളുടെയും അദ്ധ്വാനതീവ്രത തുല്യം എന്നു കരുതിയാൽ മതി. ഒരു അവിദഗ്ദ്ധ തൊഴിലാളി 10 മണിക്കൂർ കൊണ്ടുചെയ്യുന്ന ജോലി വിദഗ്ദ്ധ തൊഴിലാളി 5 മണിക്കൂർ കൊണ്ട് തീർക്കുമെങ്കിൽ, ഒരു വിദഗ്ദ്ധ തൊഴിലാളി സമം രണ്ട് അവിദഗ്ദ്ധ തൊഴിലാളി എന്നു കണക്കാക്കിയാൽ മതി. പ്രശ്നം തീർന്നു.

സാമൂഹ്യമായി ആവശ്യമായ അദ്ധ്വാനസമയം

ഒരു സമൂഹത്തിൽ നിലവിലുള്ള സാങ്കേതികവിദ്യയും അദ്ധ്വാനിക്കാ

നുള്ള പ്രാവീണ്യവും എല്ലാം പരിഗണിക്കുമ്പോൾ എത്ര അദ്ധ്വാനം വേണ മെന്നതാണ് പരിഗണിക്കേണ്ട മറ്റൊരു കാര്യം. ഇതിനെ സാമൂഹ്യമായി ആവശ്യമായ അദ്ധ്വാനസമയം എന്നുവിളിക്കാം. ആധുനിക സാങ്കേതിക വിദ്യകൾ വ്യാപകമായി പ്രയോഗിക്കപ്പെടുന്ന ഇക്കാലത്ത്, ഒരു പ്രിന്റിങ് പ്രസിലെ തൊഴിലാളി ആയിരം നോട്ടീസ് അച്ചടിക്കാൻ അഞ്ചു മിനിട്ട് എടുക്കുന്നു എന്നു കരുതുക. മറ്റൊരാൾ പഴയ സാങ്കേതിക വിദ്യ ഉപയോഗിച്ച് ആയിരം നോട്ടീസ് അച്ചടിക്കാൻ രണ്ടുമണിക്കൂർ എടുക്കുന്നു. എങ്കിൽ ആദ്യത്തേതാണ് സാമൂഹ്യമായി ആവശ്യമായ അദ്ധ്വാനസമയം.

ഇതുവരെ വിശദമാക്കിയതിന്റെ രത്നച്ചുരുക്കം ഇതാണ്. ചരക്കിന്റെ വിനിമയ മൂല്യം ചരക്കിൽ പ്രയോഗിക്കപ്പെട്ട അദ്ധ്വാനത്തിന്റെ അളവിനെ ആശ്രയിച്ചിരിക്കുന്നു.

ചരക്കിന്റെ മൂല്യം അതിൽ പ്രയോഗിക്കപ്പെട്ട അദ്ധ്വാനത്തിന്റെ അളവിനെ ആശ്രയിച്ചിരിക്കുന്നു. അദ്ധ്വാനശേഷിയുടെ മൂല്യം അതു സൂക്ഷിക്കാനാവശ്യമായ അദ്ധ്വാനത്തെയും

ഇനി വിശദമാക്കേണ്ട മറ്റൊരു കാര്യമുണ്ട്. അത് അദ്ധ്വാന ശേഷിയെ സംബന്ധിച്ചുതന്നെയാണ്, അദ്ധ്വാനശേഷി. മറ്റേതൊരു ചരക്കും പോലെ, ഒരു വില്പന ചരക്കാണല്ലോ മുതലാളിത്തത്തിൽ. അതു നേരത്തെ വിശദീകരിച്ചിട്ടുണ്ട്. അദ്ധ്വാനശേഷിയുടെ മൂല്യം എന്തിനെ ആശ്രയിച്ചിരിക്കുന്നു എന്നു പ്രത്യേകിച്ചു ചോദിക്കേണ്ടതില്ല. അദ്ധ്വാനശേഷി സൃഷ്ടിക്കാൻ, ഉല്പാദിക്കാൻ, ആവശ്യയായ അദ്ധ്വാന സമയം എന്നാണ് ഉത്തരം. അതിനർത്ഥം അദ്ധ്വാനശേഷി സൃഷ്ടിക്കപ്പെടുന്നതാണ് എന്നത്രെ. സൃഷ്ടിക്കണമെങ്കിലോ, ഭക്ഷണം, വസ്ത്രം, പാർപ്പിടം, ചികിത്സ, യാത്ര തുടങ്ങിയവയെല്ലാം വേണം. എങ്കിലേ അദ്ധ്വാനിക്കാൻ കഴിയൂ. ഇപ്പറഞ്ഞവയും അദ്ധ്വാനിച്ചുണ്ടാക്കുന്നവയാണ്. അതുകൊണ്ട് അദ്ധ്വാനശേഷിയുടെ മൂല്യത്തെ ഇങ്ങനെ നിർവ്വചിക്കാം: അദ്ധ്വാനശേഷി സൃഷ്ടിക്കാനും പുനഃസൃഷ്ടിക്കാനും ആവശ്യമായ അദ്ധ്വാനം.

അദ്ധ്വാനശേഷിയുടെ മൂല്യം സംബന്ധിച്ചു കുറച്ചുകൂടി വിശദീകരണം ആവശ്യമുണ്ട്.

അദ്ധ്വാന ശേഷിയും വില്പനച്ചരക്ക്

കമ്പോള വ്യവസ്ഥയാണ് മുതലാളിത്തം. പൊതുകമ്പോളത്തിന്റെ ഭാഗമാണ് തൊഴിൽ കമ്പോളം. തൊഴിൽ കമ്പോളത്തിൽ തൊഴിലാളികളുടെ അദ്ധ്വാനശേഷി, മറ്റേതൊരു ചരക്കും പോലെ, വില്ക്കുകയും വാങ്ങുകയും ചെയ്യുന്നു. അദ്ധ്വാന ശേഷി വില്ക്കാനുള്ള സ്വാതന്ത്ര്യമാണ് മുതലാളിത്ത വ്യവസ്ഥയുടെ സവിശേഷത. അടിമ വ്യവസ്ഥയിൽ ഉടമകളാണ് അദ്ധ്വാന ശേഷിയുടെ അവകാശികൾ. ഫ്യൂഡൽ വ്യവസ്ഥയിൽ ജന്മികളും. ഫ്യൂഡൽ വ്യവസ്ഥയിൽ കൃഷിക്കാരനു കുടിൽ വെക്കാനും അല്പം കൃഷി

ചെയ്യാനും ഭൂമി നല്കിയിരിക്കും. അതിനു പകരമായി ഓരോ ആഴ്ചയിലും നിശ്ചിത ദിവസങ്ങൾ പ്രതിഫലം കൂടാതെ ജന്മിയുടെ കൃഷിപ്പാടത്ത് തൊഴിലെടുക്കാൻ കുടിയാൻ നിർബ്ബന്ധിതനാണ്. അതിനയാൾക്ക് കൂലി യൊന്നും നല്കുന്നില്ല. വിരുത്തിവേല എന്നാണതിനു പേര്. അടിമത്തവും ജന്മിത്തവും കൂലിവേല സമ്പ്രദായങ്ങളല്ല. മുതലാളിത്തം കൂലിവേല വ്യവ സ്ഥയാണ്. പക്ഷേ, തന്റെ അദ്ധ്വാനശേഷി വില്ക്കാൻ അവകാശമുണ്ടെ ങ്കിലും ആർക്കെങ്കിലും വിറ്റേ ജീവിക്കാനാകൂ. കാരണം, അദ്ധ്വാനിക്കാ നുള്ള ശേഷിയല്ലാതെ മറ്റൊന്നും അയാൾക്കില്ല. ഒന്നുകിൽ ഒരു മുതലാ ളിക്ക് അല്ലെങ്കിൽ മറ്റൊരു മുതലാളിക്ക് വിറ്റേ ജീവിതം തള്ളിനീക്കാനാകൂ. കൂലി അടിമത്തമാണത്. "ഉല്പാദനോപാധികളൊന്നും സ്വന്തമായി ഇല്ലാ ത്തതിനാൽ ഉപജീവനാർത്ഥം തങ്ങളുടെ അദ്ധ്വാനശേഷി വില്ക്കാൻ നിർബ്ബന്ധിതരായ ആധുനിക കൂലി വേലക്കാരുടെ വർഗ്ഗത്തെയാണ് തൊഴി ലാളിവർഗ്ഗം എന്നതുകൊണ്ട്" ഉദ്ദേശിക്കുന്നത് എന്ന് *കമ്യൂണിസ്റ്റ് മാനി ഫെസ്റ്റോ*യുടെ ഇംഗ്ലീഷ് പതിപ്പിന്റെ മുഖവുരയിൽ എംഗൽസ് കുറിക്കു ന്നു. 1. തൊഴിലാളികളുടെ കൈവശം ഉല്പാദനോപാധികളൊന്നുമില്ല. 2. ഉപജീവനത്തിന് അദ്ധ്വാനശേഷി വില്ക്കണം. 3. കൂലിവേല ചെയ്യുന്നവ രാണ് തൊഴിലാളികൾ. ഇത്രയും കാര്യങ്ങളാണ് എംഗൽസ് വ്യക്തമാ ക്കുന്നത്.

അദ്ധ്വാനശേഷിയുടെ മൂല്യം

ചരക്കുകളുടെ മൂല്യം അവയിൽ ചെലുത്തപ്പെട്ട അദ്ധ്വാനത്തിന്റെ അള വിനെ ആശ്രയിച്ചിരിക്കുന്നു എന്നു വിശദമാക്കി. അദ്ധ്വാനശേഷിയും ഒരു ചരക്കാണ്. അദ്ധ്വാനശേഷി ഉല്പാദിപ്പിക്കണം. ഉല്പാദിപ്പിക്കാൻ ജീവ നോപാധികൾ വേണം. അതായത് ഭക്ഷണം, പാർപ്പിടം, വസ്ത്രം തുട ങ്ങിയവ. അവ ഉപയോഗിച്ചാലേ അദ്ധ്വാനിക്കാനുള്ള ശേഷി കൈവരൂ. അപ്പോൾ ജീവനോപാധികൾ ഉല്പാദിപ്പിക്കാനാവശ്യമായ അദ്ധ്വാനമാണ് തൊഴിലാളികളുടെ അദ്ധ്വാനശേഷിയുടെ മൂല്യം എന്നുവ്യക്തമാക്കുന്നു.

'*മൂലധന*'ത്തിൽ ഇങ്ങനെ മാർക്സ് വിശദമാക്കുന്നു. 'മുതലാളിത്ത വ്യവസ്ഥയിൽ പൊതുകമ്പോളത്തിന്റെ ഭാഗമാണ് തൊഴിൽ കമ്പോളം അദ്ധ്വാനശേഷിയുടെ മൂല്യം എങ്ങനെയാണു നിർണ്ണയിക്കുക? മറ്റേതൊരു ചരക്കിന്റെയുംപോലെ, അദ്ധ്വാനശേഷിയുടെ ഉല്പാദനത്തിനും പുനരു ല്പാദനത്തിനും ആവശ്യമായ ജീവനോപാധികൾ ഉല്പാദിപ്പിക്കാൻ വേണ്ട അദ്ധ്വാനംകൊണ്ട്."

ലോകത്ത് എല്ലായിടത്തും ജീവനോപാധികളുടെ ആവശ്യം ഒരുപോ ലെയല്ല. കാലാവസ്ഥ, ഭൗതിക ജീവിത സാഹചര്യങ്ങൾ എന്നിവയ്ക്കനു സരിച്ച് മാറ്റം വരും തണുപ്പു രാജ്യങ്ങളിൽ തൊഴിലാളികൾക്ക് ഓ വർകോട്ടും ഷൂസും വേണം. ഉഷ്ണ രാജ്യങ്ങളിൽ അവ വേണ്ട. വളരെ പരിഷ്കൃതമായ സമൂഹത്തിലെ ജീവനോപാധികളുടെ അളവും ഗുണവും പരിഷ്കൃതമല്ലാത്ത സമൂഹത്തിന്റേതിൽ നിന്നും വ്യത്യാസപ്പെട്ടിരിക്കും.

തൊഴിലാളികളുടെ വംശം നിലനിർത്തേണ്ടത് മുതലാളിത്ത താല്പര്യമാണ്. അതുകൊണ്ട് തൊഴിലാളികളുടെ മക്കളുടെ സംരക്ഷണവും വിദ്യാഭ്യാസവും കൂലി നിർണ്ണയത്തിൽ പ്രധാനമാകുന്നു.

പ്രത്യേക തൊഴിൽ പരിചയവും പ്രാവീണ്യവും അനുസരിച്ച് അദ്ധ്വാനശേഷിയുടെ മൂല്യം വ്യത്യാസപ്പെടും ലോകമെങ്ങുമുള്ള തൊഴിലാളികൾക്ക് ഒരേ കൂലി എന്നില്ല. ജീവനോപാധികളുടെ വ്യത്യാസമനുസരിച്ച് കൂലിയും വ്യത്യാസപ്പെടും.

അദ്ധ്വാനശേഷി എന്നാൽ കായികവും മാനസികവുമായ അദ്ധ്വാനിക്കാനുള്ള കഴിവ് എന്നാണർത്ഥം. അതായത്, കായികമായ തൊഴിലെടുക്കുന്നവർ മാത്രമല്ല തൊഴിലാളികൾ.

തൊഴിലാളിയും മുതലാളിയും തമ്മിലെ കരാറിന്റെ അടിസ്ഥാനത്തിലാണ് തൊഴിലാളി അദ്ധ്വാനശേഷി വില്ക്കുന്നത്. കരാർ പ്രകാരം നിശ്ചിത മണിക്കൂറുകൾ പണിയെടുക്കാൻ തൊഴിലാളി നിർബ്ബന്ധിതനാണ്. ഇനി എന്താണു സംഭവിക്കുന്നതെന്നു നോക്കാം. മിനിമം കൂലിയോ അതിൽ കുറവോ നല്കാനായിരിക്കും മുതലാളി എപ്പോഴും ശ്രദ്ധിക്കുക.

ഒരു കണക്കുകൊണ്ട് കാര്യം എളുപ്പം വിശദമാക്കാം.

ഒരു കസേരയുണ്ടാക്കാൻ തൊഴിലാളി എട്ടുമണിക്കൂർ അദ്ധ്വാനിക്കുന്നു. കസേരയുടെ വിനിമയമൂല്യം എട്ടുമണിക്കൂർ അദ്ധ്വാനം. അതിനാവശ്യമായ അദ്ധ്വാനശേഷി സൃഷ്ടിക്കാൻ നാലുമണിക്കൂർ അദ്ധ്വാനം. രണ്ടാമതു പറഞ്ഞത് അവശ്യാദ്ധ്വാനമാണ്. അത്രയും അദ്ധ്വാനം (നാലുമണിക്കൂർ) കൊണ്ട് സൃഷ്ടിച്ച സാധനങ്ങളും സേവനങ്ങളും ഉപയോഗിച്ചാലേ തൊഴിലാളിക്ക് എട്ടുമണിക്കൂർ അദ്ധ്വാനിക്കാനുള്ള ശേഷി കൈവരൂ. അപ്പോൾ,

തൊഴിലാളി ആകെ സൃഷ്ടിച്ച മൂല്യം = 8 മണിക്കൂർ അദ്ധ്വാനം

തൊഴിലാളികളുടെ അദ്ധ്വാന ശേഷിയുടെ മൂല്യം = 4 മണിക്കൂർ അദ്ധ്വാനം.

തൊഴിലാളിയുടെ അദ്ധ്വാനശേഷി സൃഷ്ടിക്കാനാവശ്യമായ അദ്ധ്വാനമാണ് അഥവാ അവശ്യാദ്ധ്വാനമാണ് അയാളുടെ കൂലി.

ഇപ്പോൾ നമുക്ക് ഇങ്ങനെ നിഗമനത്തിലെത്താം.

ആകെ സൃഷ്ടിച്ച മൂല്യം - അദ്ധ്വാനശേഷിയുടെ മൂല്യം = മിച്ചമൂല്യം.

അല്ലെങ്കിൽ 8 മണിക്കൂർ - 4 മണിക്കൂർ = 4 മണിക്കൂർ.

ആകെ മൂല്യം (മിച്ചമൂല്യവും) സൃഷ്ടിച്ചത് തൊഴിലാളിയാണ്. അതിന്റെ അവകാശിയും തൊഴിലാളിയാണ്. പക്ഷേ, മുതലാളിത്തം മിച്ചമൂല്യം കവർന്നെടുക്കുന്നു. ഉല്പാദനോപാധികൾ മുതലാളികളുടെ കൈവശമായതുകൊണ്ടും, തൊഴിലാളികൾ അദ്ധ്വാനശേഷി വിറ്റ് ജീവിതം തള്ളിനീക്കാൻ നിർബ്ബന്ധിതരായതുകൊണ്ടുമാണ് അപ്രകാരം മിച്ചമൂല്യം തട്ടിയെടുക്കാൻ മുതലാളിത്തത്തിന് കഴിയുന്നത്. ഇപ്പറഞ്ഞതിന്റെ സന്ദേശം വ്യക്തമാണ്. ഉല്പാദനോപാധികളുടെ ഉടമസ്ഥത തൊഴിലാളികൾക്കാകുമ്പോൾ മാത്രമേ മിച്ചമൂല്യത്തിന്റെ ചൂഷണം അവസാനിക്കൂ.

യന്ത്രങ്ങളും ഫാക്ടറികളും മൂല്യം സൃഷ്ടിക്കുന്നില്ല

പൂർണ്ണ അവകാശിയും തൊഴിലാളികളാണ് എന്നു പറയുമ്പോൾ, ഒരു സംശയമുയരാം. ആകെ മൂല്യം സൃഷ്ടിക്കുന്നതിൽ മുതലാളികൾക്കും അസംസ്കൃത വസ്തുക്കൾക്കും യന്ത്രങ്ങൾക്കും മറ്റുപകരണങ്ങൾക്കും പങ്കില്ലേ?

ഇക്കാര്യം (ഈ പ്രശ്നം അല്ല) വിശദമാക്കുക എളുപ്പമാണ്. അതിങ്ങനെ!

1. കസേരയ്ക്കുള്ള ഒരു കഷണം മരം വെട്ടിക്കൊണ്ടുവരുന്നതിനു ചെലവഴിച്ച അദ്ധ്വാനം ഒരു മണിക്കൂർ.

2. ഉപകരണങ്ങൾ മെഴുക്, ആണി, പെയിന്റ് തുടങ്ങിയവയിൽ അടങ്ങിയ ആകെ അദ്ധ്വാനത്തിൽ കസേരയുണ്ടാക്കാൻ പ്രയോഗിക്കപ്പെട്ട അദ്ധ്വാനം 1 മണിക്കൂർ

3. അദ്ധ്വാനശേഷിയുടെ മൂല്യം 2 മണിക്കൂർ

4. കസേരയുടെ ആകെ മൂല്യം 8 മണിക്കൂർ

5. അസംസ്കൃത വസ്തുക്കളുടെ മൂല്യവും ഉപകരണങ്ങളുടെ മൂല്യവും അദ്ധ്വാനശേഷിയുടെ മൂല്യ(കൂലി)വും കുറച്ചുള്ള മിച്ചാദ്ധ്വാനം (മിച്ചമൂല്യം) 4 മണിക്കൂർ

നാലു മണിക്കൂർ മിച്ചമൂല്യത്തിൽ അസംസ്കൃതവസ്തുക്കൾക്കും ഉപകരണങ്ങൾക്കും പങ്കുണ്ടോ എന്നതാണ് ഉയരുന്ന ചോദ്യം. ഉത്തരം, ഇല്ല എന്നാണ്. കസേരയുണ്ടാക്കിക്കഴിയുമ്പോൾ മരക്കഷണത്തിന് രൂപമാറ്റം സംഭവിക്കുക മാത്രമാണ് ചെയ്യുന്നത്. മരം പ്രസ്തുത ചരക്കിന്റെ ഭാഗമായി മാറി. മരം പ്രസ്തുത ചരക്കിലുണ്ട്. മരം വേറെ ഒരു വസ്തുവായി അവശേഷിക്കുന്നില്ല. അതു ചരക്കിലുണ്ട്. മരത്തിന് മൂല്യനഷ്ടമൊന്നും ഉണ്ടാവുന്നില്ല. അധികമൂല്യം ഉണ്ടാവുന്നില്ല. മരത്തിന്റെ മൂല്യം കസേരയിലുണ്ട് എന്നർത്ഥം. നൂൽ ഉപയോഗിച്ച് വസ്ത്രം ഉണ്ടാക്കുമ്പോഴും സംഭവിക്കുന്നതും അതുതന്നെ. നൂൽ വസ്ത്രത്തിന്റെ ഭാഗമാകുന്നു. കടലാസുകൊണ്ടു പുസ്തകമുണ്ടാക്കുമ്പോഴും സംഭവിക്കുന്നതും മറ്റൊന്നല്ല. കടലാസിന്റെ മൂല്യം പുസ്തകത്തിലുൾപ്പെടുന്നു എന്നല്ലാതെ കടലാസ് അതിനുള്ളതിനേക്കാൾ അധികമൂല്യം ഉല്പാദിപ്പിക്കുന്നില്ല.

തങ്ങളുടെ അദ്ധ്വാനശേഷിയുടെ മൂല്യത്തേക്കാൾ അധികമൂല്യമുല്പാദിപ്പിക്കുന്നത് തൊഴിലാളി വർഗ്ഗം മാത്രമാണ്. അതുകൊണ്ടാണ് തൊഴിലാളികളാണ് ആകെ മൂല്യത്തിന്റെ അവകാശികൾ എന്നു പറയുന്നത്. (ഓർമ്മിക്കുക: ഉപകരണങ്ങളും അസംസ്കൃത വസ്തുക്കളും സൃഷ്ടിച്ചതും അദ്ധ്വാനശേഷിയാണ്).

ലാഭമാണല്ലോ മുതലാളിത്തത്തിന്റെ ലക്ഷ്യം. ലാഭത്തിന്റെ അടിസ്ഥാനം മിച്ചമൂല്യമാണ്. മിച്ചമൂല്യത്തിന്റെ ഉറവിടം തൊഴിലാളികളുടെ അദ്ധ്വാനശേഷിയും. ലാഭം നിക്ഷേപിച്ചും പുനർനിക്ഷേപിച്ചുമാണ് മുതലാളിത്തം മൂലധനം വളർത്തുന്നത്. *കമ്യൂണിസ്റ്റ് മാനിഫെസ്റ്റോയുടെ* ആദ്യഭാഗം സമാപിക്കുന്നത് ഇങ്ങനെയാണ്. “ബൂർഷ്വാസിയുടെ നിലനില്പിനും

ആധിപത്യത്തിനുമുള്ള അനുപേക്ഷണീയമായ ഉപാധിമൂലധനത്തിന്റെ രൂപീകരണവും വർദ്ധനയുമാണ്. മൂലധനത്തിന്റെ ഉപാധിയാകട്ടെ കൂലി വേലയും."

വിലയും ലാഭവും

സാധനങ്ങൾ കൂടിയ വിലയ്ക്കു വില്ക്കുമ്പോൾ ഉണ്ടാകുന്നതല്ലേ ലാഭം എന്ന ചോദ്യം ഉയരാറുണ്ട്. ഉല്പാദനച്ചെലവും (അല്ലെങ്കിൽ വാങ്ങിയ വിലയും) വിറ്റവിലയും തമ്മിലെ വ്യത്യാസത്തെ ലാഭമെന്നു വിശേഷിക്കാറുണ്ട്. കൂടിയ വിലയ്ക്ക് വില്ക്കുമ്പോൾ ശരിക്കും എന്താണു സംഭവിക്കുന്നത്? വിറ്റ ഉല്പാദകന്റെ വരുമാനം കൂടി. മറുവശത്ത് വാങ്ങിയ കച്ചവടക്കാരനു നഷ്ടമുണ്ടായി. മൊത്തത്തിൽ ലാഭവും നഷ്ടവും തുല്യം. പുതുതായി മൂല്യമൊന്നും ഉല്പാദിപ്പിക്കപ്പെട്ടില്ല.

സമൂഹത്തിലുടനീളം നടക്കുന്ന വില്ക്കൽ-വാങ്ങൽ പ്രക്രിയയിൽ, വിറ്റവർക്കു അധിക വരുമാനം ലഭിക്കുന്നു. വാങ്ങിയവർക്കു അധിക നഷ്ടം സംഭവിക്കുന്നു. ലാഭവും നഷ്ടവും തുല്യം. അധിക മൂല്യം ഉണ്ടാകുന്നില്ല.

വിലയും മൂല്യവും തമ്മിൽ ബന്ധമുണ്ടോ? ഇങ്ങനെ വിശദീകരിക്കാം.

കസേരയുടെ മൂല്യം = 8 മണിക്കൂർ അദ്ധ്വാനം

കസേരയുടെ വില = 100 രൂപ അഥവാ 8 മണിക്കൂർ അദ്ധ്വാനം

ഇനി കസേരയ്ക്കുള്ള ആവശ്യക്കാർ കൂടുന്നു എന്നിരിക്കട്ടെ, അപ്പോൾ കസേരയുടെ വില 110 രൂപ. കസേര ഉല്പാദകർ കൂടുതൽ കസേരയുണ്ടാക്കാൻ തുടങ്ങും. മാർക്കറ്റിൽ ധാരാളം കസേര ലഭ്യമാക്കും. കമ്പോളവില ഇടിയും. എത്രത്തോളം? മൂല്യവും വിലയും തുല്യമാകും വരെ. മറിച്ച് കസേരയ്ക്ക് ആവശ്യക്കാർ കുറഞ്ഞാലോ? വില കുറയും. അതായത്, മൂല്യത്തേക്കാൾ കുറയും. ഉല്പാദനം കുറയ്ക്കും. വില ഉയരും. മൂല്യത്തോടടുക്കും. അതായത് വിലകൾക്ക് എല്ലായ്പ്പോഴും മൂല്യത്തോടു സമീപിക്കാനുള്ള പ്രവണതയുണ്ട്.

മിച്ചമൂല്യത്തിന്റെ ഉറവിടം

മിച്ചമൂല്യത്തിന്റെ ഉറവിടം സംബന്ധിച്ച് കുറെക്കൂടി വിശദമായ പരിശോധന വേണം.

ഏതു ചരക്കിനും ഉപയോഗമൂല്യവും വിനിമയമൂല്യവും ഉണ്ടെന്നു വിശദീകരിച്ചു. ഉപഭോക്താവിനെ സംബന്ധിച്ചിടത്തോളം ഉപയോഗമൂല്യമാണ് പ്രധാനം. ഉപയോഗമില്ലെങ്കിൽ വാങ്ങപ്പെടുകയില്ല. ആ നിലയ്ക്കു നോക്കുമ്പോൾ വിഷത്തിനുപോലും ഉപയോഗമൂല്യമുണ്ട്- ആത്മഹത്യ ചെയ്യുന്നയാൾക്ക്. ഉപയോഗം പ്രധാനമായി കരുതുന്ന സമൂഹത്തിൽ, ചരക്കിന്റെ ഉപയോഗമൂല്യമാണ് ഉല്പാദനത്തിന്റെ ലക്ഷ്യം. അങ്ങനെയുള്ള സമൂഹത്തിലും വിനിമയം നടക്കും: മനുഷ്യന്റെ ആവശ്യങ്ങൾ അനവധിയാണെന്നു മാത്രമല്ല, വൈവിദ്ധ്യമാർന്നവയുമാണ്. നെല്ല് വിളയിക്കുന്ന കൃഷിക്കാരൻ നെല്ല് മാത്രം ഉപയോഗിച്ച് ജീവിക്കുന്നില്ല. അയാൾക്ക് കപ്പ വേണം, മറ്റനവധി സാധനങ്ങൾ വേണം. ഇവയെല്ലാം കരസ്ഥമാക്കുന്നത് താനുല്പാദിപ്പിച്ച ചരക്ക്, നെല്ല്, കൈമാറ്റം ചെയ്താണ്. ആ കൈമാറ്റം ഇങ്ങനെ എഴുതാം.

നെല്ല് = കപ്പ

പണം ഒരു കൈമാറ്റമാദ്ധ്യമം

ഒരു ചരക്കിനു പകരം മറ്റൊന്നു കൈമാറ്റം ചെയ്യുന്നരീതിയാണ് ബാർട്ടർ സമ്പ്രദായം. വികാസം പ്രാപിക്കാത്ത സമൂഹത്തിന്റെ വിനിമയരീതി ബാർട്ടറിലൂടെയാണ്. അടിമവ്യവസ്ഥയിലും പരിമിതമായതോതിലെങ്കിലും ജന്മിത്തത്തിലും വിനിമയം ചരക്കിനു പകരം ചരക്ക് എന്ന രീതിയിലാണ്. പരിമിതം എന്നു വിശേഷിപ്പിക്കാൻ കാരണമുണ്ട്. സമൂഹം വികാസം പ്രാപിക്കാൻ തുടങ്ങിയതോടെ, ആവശ്യങ്ങൾ വർദ്ധിച്ചു. കൂടു

തൽ ചരക്കുകൾ ഉണ്ടായി. ചരക്കുകൾക്കു വൈവിദ്ധ്യമേറി. വിനിമയം ദുഷ്കരമായി. പ്രയാസം മറികടക്കാനാണ് പണമുണ്ടായത്. പണത്തിന്റെ ആവിർഭാവത്തോടെ നെൽകൃഷിക്കാരൻ കപ്പക്കച്ചവടക്കാരനെ അന്വേഷിച്ചു നടക്കേണ്ടതില്ല. നെല്ല് വാങ്ങാൻ തയ്യാറുള്ള തുണിക്കച്ചവടക്കാരനെ സമീപിച്ചാൽ മതി. അയാൾ നെല്ല് സ്വീകരിച്ച് പണം നല്കും. പണം ഉപയോഗിച്ച് കപ്പ വാങ്ങും. പണം ഒരു പൊതുമാധ്യമമായതുകൊണ്ട് ആർക്കും സ്വീകാര്യമാകും.

ലളിതമായ ചരക്കുല്പാദനം

ഇപ്പോൾ കൈമാറ്റത്തിന്റെ രീതി മാറി. ഉദ്ദേശം മാറുന്നില്ല. ചരക്കുകൾക്ക് പണത്തിന്റെ രൂപത്തിൽ വിലയുണ്ടായി. ബാർട്ടർ സമ്പ്രദായത്തിൽ ഒരു ചരക്കിനുപകരം എത്ര എണ്ണം, എത്ര തൂക്കം, ചരക്ക് എന്നു നിശ്ചയിക്കുക പ്രയാസകരമായിരുന്നു. ആ പ്രയാസം പണം വന്നപ്പോൾ മാറിക്കിട്ടി. പത്തുരൂപയ്ക്കു നെല്ല് വിറ്റ് പകരം പത്തുരൂപയ്ക്ക് കപ്പ വാങ്ങാമെന്ന സ്ഥിതിയുണ്ടായി. വിനിമയത്തെ ഇങ്ങനെ എഴുതാം:

നെല്ല് = പണം = കപ്പ അല്ലെങ്കിൽ

ച = പ = ച

ച = ചരക്ക്

പ = പണം

ഇവിടെ ശ്രദ്ധിക്കേണ്ട ചില കാര്യങ്ങളുണ്ട്. ഒന്നാമതായി, നെല്ലിന്റെ വിലയും കപ്പയുടെ വിലയും തുല്യമാണ്. വിനിമയമൂല്യത്തിന്റെ ഭാഷ ഉപയോഗിച്ചാൽ, വിനിമയമൂല്യത്തിനു മാറ്റമില്ല. കൂടുതൽ മൂല്യം സൃഷ്ടിക്കപ്പെടുന്നുമില്ല. രണ്ടാമതായി, ചരക്കു കൈമാറ്റത്തിന്റെ ലക്ഷ്യം ലാഭമുണ്ടാക്കുകയല്ല, ഉപഭോഗമാണ്. അതായത് ഒരു ചരക്കിനു പകരം മറ്റൊന്ന് ഉപയോഗിക്കലാണ് ലക്ഷ്യം. ഇങ്ങനെ കൈമാറ്റം നടക്കുന്ന ഒരു സാമൂഹ്യവ്യവസ്ഥ ഉപഭോഗത്തിൽ അധിഷ്ഠിതമാണ്. മൂന്നാമതായി, ഉല്പാദകൻ സ്വന്തം അദ്ധ്വാനശേഷി ഉപയോഗിച്ചാണ് ഉല്പാദനം നടത്തുന്നത്. ഒരുപക്ഷേ, കുടുംബാംഗങ്ങളുടെ അദ്ധ്വാനശേഷിയും ഉപയോഗിക്കുന്നുണ്ടാകാം. പക്ഷേ, കൂലി നല്കിയല്ല അവരുടെ അദ്ധ്വാനശേഷി ഉപയോഗപ്പെടുത്തുന്നത്. കലപ്പയും കാളയും തൂമ്പയും ഉപയോഗിച്ച് സ്വന്തം കൃഷിപ്പാടത്തോ പാട്ടത്തിനെടുത്ത സ്ഥലത്തോ കൃഷി ചെയ്താണ് നെല്ലുല്പാദിപ്പിച്ചത്. ഇങ്ങനെ നടത്തുന്ന ഉല്പാദനത്തെ ലളിതമായ ചരക്കുല്പാദനം എന്നു പറയാം.

മുതലാളിത്ത ചരക്കുല്പാദനം

തികച്ചും വ്യത്യസ്തമാണ് മുതലാളിത്ത ചരക്കുല്പാദനം. ഒന്നാമതായി വില്പനയാണ് ലക്ഷ്യം. ലാഭമാണ് വില്പനയ്ക്ക് അടിസ്ഥാനം. ലാഭം എന്ന വാക്ക് പല രീതിയിൽ വിശദീകരിക്കാം. കുറഞ്ഞ വിലയ്ക്ക്

വാങ്ങി, കൂടിയ വിലയ്ക്ക് വില്ക്കുമ്പോൾ ലാഭം കിട്ടും. അത് കച്ചവട ലാഭമാണ്. ഒരു വ്യക്തിയെ സംബന്ധിച്ച് അത് ലാഭമാണ്. വില്പനക്കാരനും വാങ്ങലുകാരനും ഉൾപ്പെടുന്ന സമൂഹത്തെ ഒന്നടങ്കം പരിഗണിക്കുമ്പോഴോ? വില്പനക്കാരന്റെ ലാഭം വാങ്ങലുകാരന്റെ നഷ്ടമാണ്. ലാഭവും നഷ്ടവും തുല്യം. സമൂഹത്തിൽ അധികലാഭമോ അധികമൂല്യമോ ഉണ്ടാകുന്നില്ല. ഇതുതന്നെയാണ് പണം കടം കൊടുത്ത് അധികപണം കൈക്കലാക്കുമ്പോഴുള്ള സ്ഥിതിയും. ഹുണ്ടിക ലാഭമാണത്.

രണ്ടാമതായി, മുതലാളിത്ത ഉല്പാദകൻ, ഫാക്ടറി കെട്ടിടം, യന്ത്രങ്ങൾ, ഉപകരണങ്ങൾ, അസംസ്കൃത വസ്തുക്കൾ തുടങ്ങിയ ഉല്പാദനോപാധികൾ ഏർപ്പാടാക്കുകയാണ്. തീർച്ചയായും തൊഴിലാളികളുടെ അദ്ധ്വാനശേഷി പ്രയോഗിക്കപ്പെട്ടതിന്റെ ഫലമാണ് ഫാക്ടറിയും യന്ത്രങ്ങളും ഉപകരണങ്ങളും അസംസ്കൃത വസ്തുക്കളും. അസംസ്കൃതവസ്തുക്കൾ പ്രകൃതിയിൽനിന്നും നേരിട്ടു സ്വീകരിച്ചവയാകാം അല്ലാത്തവയുമാകാം. മൂന്നാമതായി, കൂലി നല്കി തൊഴിലാളികളുടെ അദ്ധ്വാനശേഷി വിലയ്ക്കു വാങ്ങുന്നു. ശ്രദ്ധിക്കേണ്ട രണ്ടു കാര്യങ്ങളുണ്ട്. തൊഴിലാളികൾ അദ്ധ്വാനശേഷി പ്രയോഗിക്കുന്നില്ലെങ്കിൽ ഉല്പാദനം നടക്കുകയില്ല. ഉല്പാദനോപാധികളുടെ ഭാഗമല്ല അദ്ധ്വാനശേഷി. അത് സ്വതന്ത്രമാണ്. തൊഴിലാളികൾക്കു അവകാശപ്പെട്ടതാണ്. അദ്ധ്വാനിക്കാനും അദ്ധ്വാനിക്കാതിരിക്കാനും അദ്ധ്വാനം വില്ക്കാനും, വില്ക്കാതിരിക്കാനും തൊഴിലാളികൾക്ക് സ്വാതന്ത്ര്യമുണ്ട്. ഇതാണ് മുതലാളിത്ത ഉല്പാദനരീതിയെ ജന്മിത്തത്തിൽനിന്നും അടിമത്തത്തിൽനിന്നും വ്യത്യസ്തമാക്കുന്നത്. അടിമകളുടെ അദ്ധ്വാനിക്കാനുള്ള കഴിവിന്റെ ഉടമകൾ അടിമകളല്ല. കുടിയാന്റെ അദ്ധ്വാനശേഷിയുടെ ഉടമ കുടിയാനല്ല. മറിച്ച്, മുതലാളിത്തത്തിൽ തൊഴിലാളികൾ ഉല്പാദനോപാധികളിൽനിന്നും വേർപെട്ടിരിക്കുന്നു. സ്വതന്ത്രരാണ്. മുതലാളിത്ത ധനശാസ്ത്രപണ്ഡിതർക്ക് അദ്ധ്വാനോപകരണങ്ങളും അദ്ധ്വാനശേഷിയും ചേർന്നതാണ് ഉല്പാദനോപാധികൾ. മാർക്സിയൻ അർത്ഥശാസ്ത്രം ഈ സമീപനത്തെ തള്ളുന്നു.

മിച്ചമൂല്യത്തിന്റെ ഉറവിടം

മുതിലാളിത്ത ഉല്പാദകൻ ഉല്പാദന-വിപണന വിപണിയിലെത്തുന്നതു മൂലധനവുമായിട്ടാണ്. മറ്റൊരുരീതിയിൽ പറഞ്ഞാൽ പണവുമായിട്ടാണ്. പണം ഉപയോഗിച്ച് ഉല്പാദനോപകരണങ്ങളൊരുക്കി അദ്ധ്വാനശേഷി വിലയ്ക്കുവാങ്ങി ഉപയോഗിക്കുമ്പോഴാണ് പണം മൂലധനമായി മാറുന്നത്. മുതലാളിത്ത ചരക്കുല്പാദനം, ലളിതമായ ചരക്കുല്പാദനത്തിൽനിന്നും വിഭിന്നമായി പണത്തിൽനിന്ന് തുടങ്ങുന്നു. പണം നിക്ഷേപിച്ച് ചരക്കുല്പാദനം. ചരക്കു കൈമാറി വീണ്ടും പണം. ആദ്യം നിക്ഷേപിച്ച പണത്തേക്കാൾ കൂടുതലായിരിക്കും സമവാക്യത്തിലെ അവസാനത്തെ പണം. അതിങ്ങനെ എഴുതാം:

പണം - ചരക്ക് - കൂടുതൽ പണം അഥവാ

പ - ച - പ

ലളിതമായ ചരക്കുല്പാദന വ്യവസ്ഥയിൽ വിറ്റ് കിട്ടിയ പണവും വാങ്ങാനുപയോഗിച്ച പണവും, തുല്യമാണ്. മുതലാളിത്തചരക്കുല്പാദനത്തിൽ നിക്ഷേപിച്ച പണത്തേക്കാൾ കൂടുതലാണ് ലഭിച്ച പണം. പ്രധാന ചോദ്യം ഇതാണ്. വ്യാപാര ലാഭത്തിൽനിന്നും ഹുണ്ടികലാഭത്തിൽനിന്നും വിഭിന്നമായി ഉല്പാദന-വിപണന പ്രക്രിയയിൽ അധികമൂല്യം അഥവാ, മിച്ചമൂല്യം ഉടലെടുത്തതെങ്ങനെ? ഈ ചോദ്യത്തിന് ശാസ്ത്രീയവും യുക്തിസഹവും വിപ്ലവകരവുമായ ഉത്തരം നല്കിയതാണ് കാൾ മാർക്സിന്റെ ഏറ്റവും മികച്ച സംഭാവന. ആ ഉത്തരം തൊഴിലാളി വർഗ്ഗത്തിന്റെ സമരായുധമായി മാറി. അതുതന്നെയാണ് മാർക്സും എംഗൽസും ലക്ഷ്യമിട്ടതും. മുതലാളിത്തത്തെ അവസാനിപ്പിക്കുകയായിരുന്നു മാർക്സിന്റെയും എംഗൽസിന്റെയും ലക്ഷ്യം. മറിച്ച് മുതലാളിത്ത ധനശാസ്ത്രജ്ഞർ മുതലാളിത്തത്തെ പാകപ്പിഴകൾ തീർത്ത് സംരക്ഷിക്കാൻ ശ്രമിക്കുന്നു. മുതലാളിത്ത ധനശാസ്ത്രവും മാർക്സിയൻ ശാസ്ത്രവും വേർപിരിയുന്നത് ഇവിടെയാണ്.

ആദിമ മൂലധനസഞ്ചയനം

മൂലധനം ഉണ്ടെങ്കിലല്ലേ നിക്ഷേപിക്കാനാകൂ, അതെവിടെനിന്നും കിട്ടി എന്ന ചോദ്യം പ്രസക്തമാണ്. പണ്ടേ മുതലാളിത്തം ഉണ്ടായിരുന്നു എന്നുള്ള മുതലാളിത്ത പണ്ഡിതന്മാരുടെ വാദത്തിന്റെ ഒരു അടിസ്ഥാനം ഈ ചോദ്യമാണ്. പക്ഷേ, ഉത്തരം ചരിത്രത്തിൽ തന്നെയുണ്ട്. ഫ്യൂഡൽ വ്യവസ്ഥയിൽ കൃഷിക്കാരെ അവരുടെ കൃഷി നിലങ്ങളിൽനിന്ന് ആട്ടിഓടിച്ച് അവരുടെ കൃഷിപ്പാടങ്ങളും ഉല്പന്നങ്ങളും വീടുകളും പിടിച്ചെടുത്താണ് മൂലധനമുണ്ടാക്കിയത്. അതേപോലെ കച്ചവടക്കാരെ അവരുടെ ഇടങ്ങളിൽനിന്നും അടിച്ചോടിച്ച് വസ്തുവഹകൾ അപഹരിച്ചെടുത്ത് മൂലധനം വളർത്തി. ഇതിനെയാണ് ആദിമമൂലധന സഞ്ചയനം എന്നു വിളിക്കുന്നത്. മുതലാളിത്ത വ്യവസ്ഥയിലും അതു തുടരുന്നുണ്ട്. ഭൂമിയും വനങ്ങളും പുഴകളും കവർന്നുള്ള ആദിമ മൂലധനസഞ്ചയനം ഇപ്പോഴും തുടരുന്നു.

മുതലാളിത്ത ചരക്കുല്പാദനരീതിയിൽ എന്താണു സംഭവിക്കുന്നത്? ഉല്പാദനോപകരണങ്ങൾ ഒരു വശത്ത്. അദ്ധ്വാനശേഷി മറുവശത്ത്. രണ്ടിന്റെയും സംയോഗം ഉല്പാദനം സാദ്ധ്യമാക്കുന്നു. ഉല്പാദിപ്പിക്കപ്പെട്ട ചരക്ക് പണമായി മാറ്റപ്പെടുന്നു. ഇങ്ങനെ ചുരുക്കിയെഴുതാം:

അദ്ധ്വാന
ശേഷി
↑
പണം - ഉല്പാദനം - ചരക്ക് - പണം
↓

അദ്ധ്വാനോപകരണങ്ങൾ

ഫാക്ടറി യന്ത്രങ്ങൾ അധികമൂല്യം ഉണ്ടാക്കുന്നില്ല

ഉല്പാദന പ്രക്രിയയ്ക്കിടയ്ക്ക് ഫാക്ടറി, യന്ത്രങ്ങൾ, ഉപകരണങ്ങൾ, അസംസ്കൃതവസ്തുക്കൾ തുടങ്ങിയവയ്ക്ക് അവയ്ക്കുണ്ടായിരുന്നതിനേക്കാൾ അധികമൂല്യം സൃഷ്ടിക്കാൻ കഴിയുകയില്ലെന്ന് മുൻ അദ്ധ്യായത്തിൽ വിശദമാക്കിയിട്ടുണ്ട്. അദ്ധ്വാനശേഷി പ്രയോഗിക്കുന്നതുമൂലം അസംസ്കൃത പദാർത്ഥങ്ങൾക്ക് രൂപഭേദം സംഭവിക്കുന്നു. ഫാക്ടറിക്കും ഉപകരണങ്ങൾക്കുമോ? അവയിലുൾച്ചേർന്ന അദ്ധ്വാനം ചരക്കിലേക്കു മാറ്റപ്പെടുന്നു. ഉദാഹരണമായി, ഒരു യന്ത്രമുണ്ടാക്കാൻ 100 മണിക്കൂർ അദ്ധ്വാനം ഉപയോഗിക്കപ്പെട്ടു എന്നു കരുതുക. യന്ത്രത്തിന്റെ മൂല്യം 100 മണിക്കൂർ അദ്ധ്വാനമാണ്. ഒറ്റയടിക്ക് അത്രയും മൂല്യം ചരക്കിലേക്കു മാറ്റപ്പെടുന്നില്ല. യന്ത്രത്തിന് ഒരു ജീവിതകാലമുണ്ട്. യന്ത്രം ദിവസവും പ്രവർത്തിപ്പിച്ചാൽ പത്തുവർഷം നിലനില്ക്കും. അതുകഴിഞ്ഞാൽ ആക്രിവിലയ്ക്കു വില്ക്കേണ്ടിവരും എന്നു കരുതുക. ഒരുവർഷം പത്തിലൊന്നു തേയ്മാനം ഉണ്ടാക്കും. യന്ത്രത്തിലടങ്ങിയ അത്രയും അദ്ധ്വാനം, അഥവാ, 10 മണിക്കൂർ അദ്ധ്വാനം, ചരക്കിലേക്കു മാറി. പത്തുകൊല്ലം കഴിയുമ്പോൾ യന്ത്രം പൂർണ്ണമായും ഉപയോഗശൂന്യമാകും. അതായത് എത്ര അദ്ധ്വാനമൂല്യമാണോ യന്ത്രത്തിലടങ്ങിയിരുന്നത് അത്രയും അദ്ധ്വാനമൂല്യംമാത്രം ചരക്കിലേക്കു മാറി. അഥവാ, യന്ത്രം അതിനുണ്ടായിരുന്നതിനേക്കാൾ അധിക മൂല്യമൊന്നും ഉല്പാദിപ്പിച്ചില്ല. ഉല്പാദന പ്രക്രിയയിൽ അധികമൂല്യം ഉല്പാദിപ്പിക്കാൻ കഴിയാത്ത മൂലധനമാണ് സ്ഥിരമൂലധനം. സ്ഥിരമായി നില്ക്കുന്നു എന്ന അർത്ഥത്തിലല്ല ഇങ്ങനെ വിശേഷിപ്പിക്കുന്നത്. മറിച്ച് അവയ്ക്കുള്ളതിനേക്കാൾ കൂടുതൽ മൂല്യം കൂട്ടിച്ചേർക്കാൻ കഴിയാത്തത് എന്ന അർത്ഥത്തിലാണ്. വേറൊരു ഉദാഹരണം. 1000 മണിക്കൂറാണ് യന്ത്രത്തിന്റെ മൂല്യം എന്നു കരുതുക. ഒരു വർഷം യന്ത്രത്തിന്റെ തേയ്മാനം 100 മണിക്കൂറെങ്കിൽ, വർഷാവസാനം യന്ത്രത്തിന്റെ മൂല്യം 900 മണിക്കൂറായിരിക്കും. ചരക്കിൽ ചേർന്നത് 100 മണിക്കൂർ. അപ്പോൾ 900+100 = 1000 മണിക്കൂർ എന്നു കിട്ടുന്നു. യന്ത്രം ഒന്നും കൂട്ടിച്ചേർത്തില്ല.

അദ്ധ്വാനശേഷിയുടെ കാര്യമോ? അതായത്, അദ്ധ്വാനശേഷിക്ക് അതിനുള്ളതിനേക്കാൾ കൂടുതൽ മൂല്യം സൃഷ്ടിക്കാൻ കഴിയുമോ? ഇതു വളരെ പ്രധാനപ്പെട്ട ചോദ്യമായാണ് മാർക്സ് കാണുന്നത്.

ഒരു മുതലാളി തൊഴിലാളിയെ ജോലിക്കു നിയമിക്കുമ്പോൾ ഇത്ര മണിക്കൂർ അദ്ധ്വാനിച്ചുകൊള്ളാം എന്ന കരാറിന്റെ അല്ലെങ്കിൽ ധാരണയുടെ അടിസ്ഥാനത്തിലാണ് നിയമിക്കുന്നത്. അത്രയും മണിക്കൂർ അദ്ധ്വാനിക്കാൻ അയാൾ ബാദ്ധ്യസ്ഥനാണ്. 50 മണിക്കൂർ അദ്ധ്വാനിക്കാനാണ് കരാർ എന്നു കരുതുക. തൊഴിലാളിയുടെ അദ്ധ്വാനശേഷിയുടെ മൂല്യം 25 മണിക്കൂറാണ്. അതായത് അത്രയും അദ്ധ്വാനമാണ് 50 മണിക്കൂർ

അദ്ധ്വാനം സൃഷ്ടിക്കാൻ ആവശ്യമായ അദ്ധ്വാനം. 25 മണിക്കൂറിൽ കൂടുതൽ അദ്ധ്വാനിക്കാൻ അതായത് 25 മണിക്കൂർ കൂടി അദ്ധ്വാനിക്കാൻ തൊഴിലാളി നിർബ്ബന്ധിതനാണ്. അത്രയും മിച്ച അദ്ധ്വാനം അയാൾക്കുവേണ്ടിയല്ല. കാരണം ആദ്യത്തെ 25 മണിക്കൂർ അദ്ധ്വാനം കൊണ്ട് തന്റെ കൂലിക്കു തുല്യമായ അദ്ധ്വാനശേഷി അയാൾ പ്രയോഗിച്ചു കഴിഞ്ഞു. ശേഷം അദ്ധ്വാനം മിച്ചാദ്ധ്വാനമാണ്. അതിന്റെ അവകാശി തൊഴിലാളിയാണെങ്കിലും അത് മുതലാളി കവർന്നെടുക്കുകയാണ്. ഇതിനെയാണ് മാർക്സ് ചൂഷണം എന്നു വിശേഷിപ്പിക്കുന്നത്. ചൂഷണം എന്നത് ഒരു പ്രത്യേക അർത്ഥത്തിലാണ് മാർക്സ് ഉപയോഗിക്കുന്നത്. തൊഴിലാളി-മുതലാളി വർഗ്ഗബന്ധത്തിന്റെ അടിസ്ഥാനത്തിലാണ് ചൂഷണത്തിനു പ്രസക്തി കൈവരുന്നത്.

മിച്ചമൂല്യം സൃഷ്ടിച്ചതാര് എന്ന് ഇപ്പോൾ വ്യക്തമായി. മുതലാളിയല്ല. യന്ത്രങ്ങളല്ല. അസംസ്കൃത വസ്തുക്കളല്ല. തൊഴിലാളിയാണ്. അയാളുടെ അദ്ധ്വാനശേഷിയാണ്

ചരക്കിന്റെ മൂല്യം : 150 മണിക്കൂർ
സ്ഥിരമൂലധനം : 100
അസ്ഥിരമൂലധനം : 25
സ്ഥിരമൂലധനം + അസ്ഥിര മൂലധനം
100+25 = 125 മണിക്കൂർ
150−125 = 25 മണിക്കൂർ മിച്ച മൂല്യം.

ചൂഷണത്തിന്റെ നിരക്ക് അസ്ഥിരമൂലധനവും മിച്ചമൂല്യവും തമ്മിലെ ബന്ധത്തിലൂടെ വ്യക്തമാക്കാം.

$$\frac{\text{മിച്ചാദ്ധ്വാനം}}{\text{അവശ്യാദ്ധ്വാനം}} \times 100$$

അല്ലെങ്കിൽ

$$\frac{25}{25} \times 100 = 100\%$$

നൂറു ശതമാനം ചൂഷണമെന്നർത്ഥം. മിച്ചമൂല്യം നൂറുശതമാനമാണ്.

ഒരു വിഭാഗത്തിനു മാത്രമായി വിമോചനമില്ല

അദ്ധ്വാനശേഷി പ്രയോഗിക്കുന്ന തൊഴിലാളി വർഗ്ഗമാണ് ഉല്പാദനത്തിനുടമകളെന്നും, എന്നാൽ കൂലി കഴിച്ചുള്ള മിച്ചം ഉല്പാദനോപകരണങ്ങളുടെ ഉടമകളായ മുതലാളി വർഗ്ഗം തട്ടിയെടുക്കുകയാണെന്നും പ്രതിപാദിച്ചു. കവർന്നെടുക്കുന്ന മിച്ചമൂല്യം മൂലധനം വളർത്തുന്നതിനും മിച്ചമൂല്യം പെരുപ്പിക്കുന്നതിനും മുതലാളിത്തം ഉപയോഗിക്കുന്നു.

മൂലധനം എന്നാൽ?

എന്താണ് മൂലധനം? അത് എങ്ങനെയാണ് വർദ്ധിക്കുന്നത്?

അവശ്യാദ്ധ്വാനം (കൂലി) കഴിച്ചുള്ളതാണ് മിച്ചാദ്ധ്വാനം (മിച്ചമൂല്യം) എന്ന് നേരത്തെ വിശദമാക്കി. പണം ഉപയോഗിക്കുന്ന സാമൂഹ്യ വ്യവസ്ഥയിൽ, ചരക്കുവില്ക്കുന്ന മുതലാളികൾക്കു മിച്ചമൂല്യം കൈവരുന്നത് പണത്തിന്റെ രൂപത്തിലാണ്. അങ്ങനെ കൈവശം വന്നുചേർന്ന പണം മുതലാളികൾ പെട്ടിക്കകത്ത് അടച്ചു സൂക്ഷിക്കുന്നു എന്ന് കരുതുക. (തീർച്ചയായും അങ്ങനെ സംഭവിക്കുകയില്ല) അപ്രകാരം കരുതിവെക്കുന്ന പണം മൂലധനമല്ല. ഇനി അതിൽനിന്ന് കുറെ പണമെടുത്ത് ഒരു ടിവി വാങ്ങിയെന്നിരിക്കട്ടെ. അതിന് ചെലവിട്ട പണവും മൂലധനമല്ല. എന്നാൽ പണമുപയോഗിച്ച് തൊഴിലാളികളെ നിയമിച്ച് അവരുടെ അദ്ധ്വാനശേഷി വിലയ്ക്കു വാങ്ങുന്നു എന്നു കരുതുക. അല്ലെങ്കിൽ ഉപകരണങ്ങൾ വാങ്ങുന്നു എന്ന് കരുതുക. (അതായത് ഉപകരണങ്ങൾ നിർമ്മിക്കാൻ ചെലവഴിച്ച അദ്ധ്വാനം വിലയ്ക്ക് വാങ്ങുന്നു എന്നർത്ഥം) അപ്രകാരം ഉപയോഗിക്കുമ്പോൾ പണം മൂലധനമാണ്. "മൂലധനം" സാമൂഹ്യ ബന്ധത്തെ കുറിക്കുന്നു. മുതലാളിയും തൊഴിലാളിയും തമ്മിലെ ഉല്പാദനബന്ധത്തെ കുറിക്കുന്നു. മൂലധനത്തിന്റെ ഉപയോഗം മിച്ചമൂല്യത്തിന്റെ

കവർച്ച സാദ്ധ്യമാക്കുന്നു. ഒരു കലപ്പ വെറുതെ വീടിന്റെ മൂലയിൽ കുറെ നാൾ ചാരിവെച്ചിരുന്നാൽ അതു മൂലധനമല്ല. മറിച്ച് കലപ്പ കർഷകത്തൊഴിലാളി ഉപയോഗിക്കുമ്പോൾ അത് മൂലധനമായി. കലപ്പയുടെ ഉടമയായായ ജന്മിയുടെ ലക്ഷ്യം അദ്ധ്വാനമിച്ചം കവർന്നെടുക്കുകയാണ്. പാട്ടത്തിന്റെ രൂപത്തിലാണ് അദ്ധ്വാനമിച്ചം കവരുന്നത്.

മിച്ചമൂല്യം ഉല്പാദനത്തിൽ നിക്ഷേപിക്കപ്പെടുന്നു. കൂടുതൽ മിച്ചമൂല്യം കവർന്നെടുക്കുന്നതിനാണത്. കവർന്നെടുത്ത അധിക മിച്ചമൂല്യം വീണ്ടും ഉല്പാദനത്തിൽ നിക്ഷേപിക്കുന്നു. അധിക മിച്ചമൂല്യമുണ്ടാക്കാൻ. ഈ തുടർ പ്രക്രിയയാണ് മൂലധനസഞ്ചയനം. മൂലധനസഞ്ചയനം മുതലാളിത്തത്തിന്റെ അടിസ്ഥാന പ്രേരണയാണ്. ഏറ്റവുമധികം മൂലധനസഞ്ചയനം നടത്തുന്ന (അഥവാ, ഏറ്റവുമധികം മിച്ചമൂല്യം കവർന്നെടുക്കുന്ന) മുതലാളി വിപണിയിൽ ആധിപത്യമുറപ്പിക്കും. ഉയർന്ന സാങ്കേതികവിദ്യകൾ, ഉല്പാദനം പരമാവധി ഉയർത്തി, മിച്ചമൂല്യം ഏറ്റവും ഉയർന്നനിലയിലെത്തിക്കാൻ മുതലാളിത്തത്തെ സഹായിക്കുന്നു.

മിച്ചമൂല്യം കവരുന്നതിനുള്ള മുതലാളിത്തരീതികൾ

മിച്ചമൂല്യം വർദ്ധിപ്പിക്കാൻ മുതലാളിത്തം വിവിധങ്ങളായ മാർഗ്ഗങ്ങൾ സ്വീകരിക്കും. സ്ത്രീകളെയും കുഞ്ഞുങ്ങളെയും ജോലിക്കുവെക്കുകയാണ് ഒരു രീതി. പണ്ടുമുതലേ പ്രാബല്യത്തിലുള്ളതും ഇപ്പോഴും തുടരുന്നതുമാണ് ഈ മാർഗ്ഗം. രാജ്യത്തെ ചെരിപ്പ്, പടക്കം, തുണി നിർമ്മാണമേഖലയിൽ കുട്ടികളെക്കൊണ്ട് തൊഴിലെടുപ്പിക്കൽ വ്യാപകമാണ്. പുരുഷതൊഴിലാളികളെ അപേക്ഷിച്ച് സ്ത്രീതൊഴിലാളികൾക്ക് കുറഞ്ഞ കൂലിയേ നല്കപ്പെടുന്നുള്ളൂ. കേരളത്തിൽ വൻകിട സ്വർണ്ണാഭരണശാലകളിലും തുണിക്കടകളിലും ദീർഘനേരം കുറഞ്ഞ കൂലിക്ക് സ്ത്രീതൊഴിലാളികളെക്കൊണ്ടു തൊഴിലെടുപ്പിക്കൽ വ്യാപകമാണ്. ഈ പ്രവണത ഉല്പാദന-വിപണനത്തിന്റെ ഇതരമേഖലകളിലും വ്യാപിക്കുകയാണ്.

അദ്ധ്വാന സമയം ദീർഘിപ്പിക്കുകയാണ് മിച്ചമൂല്യം വർദ്ധിപ്പിക്കുന്നതിന് സ്വീകരിക്കുന്ന മറ്റൊരു മാർഗ്ഗം. തൊഴിലാളി പ്രസ്ഥാനങ്ങളുടെ ഇടപെടൽമൂലം ഈ പ്രവണത കുറഞ്ഞിട്ടുണ്ടെങ്കിലും, പൂർണ്ണവിരാമം ആയിട്ടില്ല.

അദ്ധ്വാനതീവ്രത ഉയർത്തി മിച്ചമൂല്യം വർദ്ധിപ്പിക്കുന്ന രീതി മുതലാളിത്തം അനുവർത്തിക്കുന്നു. ഒരു മണിക്കൂർ സമയമെടുത്ത് ഒരു കാർ കഴുകിയിരുന്ന സ്ഥാനത്ത് അത്രയും സമയമെടുത്ത് രണ്ടു കാർ കഴുകാൻ നിർബ്ബന്ധിക്കുന്നത് അദ്ധ്വാന തീവ്രത ഉയർത്തലാണ്. ഒരു തുണിമില്ലിൽ നൂൽ ചുറ്റുന്ന തൊഴിലാളിക്കുമുന്നിലൂടെ മിനുട്ടിൽ പത്തുപ്രാവശ്യം കറങ്ങിക്കൊണ്ടിരുന്ന യന്ത്രഭാഗം, പതിനഞ്ചു തവണ കറക്കുന്നത് അദ്ധ്വാന തീവ്രത വർദ്ധിപ്പിക്കലാണ്.

ഇന്ന് ഏറ്റവുമേറെ സ്വീകരിക്കപ്പെടുന്ന മാർഗ്ഗം ഉല്പാദനക്ഷമത

ഉയർത്തലാണ്. ആധുനികങ്ങളായ സാങ്കേതിക വിദ്യകളും യന്ത്രങ്ങളും ഉപയോഗിച്ചാണ് ഉല്പാദനക്ഷമത ഉയർത്തുന്നത്. എട്ടുമണിക്കൂർ കൊണ്ട് ഇരട്ടി അളവിൽ ചരക്കുണ്ടാക്കുമ്പോൾ, അവശ്യാദ്ധ്വാനം (കൂലി) കഴിച്ച് ഇരട്ടി മിച്ചമൂല്യം മുതലാളിത്തം കവർന്നെടുക്കും.

ഉല്പാദനോപകരണങ്ങളും സാങ്കേതിക വിദ്യകളും നിരന്തരം വികസിക്കാതെ മുതലാളിത്തത്തിന് നിലനില്ക്കാൻ കഴിയില്ല. *കമ്യൂണിസ്റ്റ് മാനിഫെസ്റ്റോ* ഇങ്ങനെ പറയുന്നു. "ഉല്പാദനോപകരണങ്ങളിലും തദ്വാരാ ഉല്പാദനബന്ധങ്ങളിൽ ഒട്ടാകെയും നിരന്തരം വിപ്ലവകരമായ പരിവർത്തനം വരുത്താതെ, ബൂർഷ്വാസിക്കു നിലനില്ക്കാനാവില്ല. നേരെമറിച്ച് ഇതിനുമുമ്പുണ്ടായിരുന്ന എല്ലാ വ്യവസായ വർഗ്ഗങ്ങളുടെയും നിലനില്പിന്റെ ആദ്യത്തെ ഉപാധി, പഴയ ഉല്പാദനരീതികളെ യാതൊരുമാറ്റവും കൂടാതെ നിലനിർത്തുകയെന്നതായിരുന്നു. ഉല്പാദനത്തിൽ നിരന്തരമായ പരിവർത്തനം, എല്ലാ സാമൂഹ്യോപാധികളെയും ഇടതടവില്ലാതെ ഇളക്കി മറിക്കൽ, ശാശ്വതമായ അനിശ്ചിതാവസ്ഥയും പ്രക്ഷോഭവും ഇതെല്ലാം ബൂർഷ്വാ കാലഘട്ടത്തെ എല്ലാ പഴയ കാലഘട്ടങ്ങളിൽ നിന്നും വേർതിരിക്കുന്നു."

വിവരസാങ്കേതിക മേഖലയും ഓഹരി കമ്പോളവും

പഴയ ഉല്പാദന മാതൃകകൾ മാറി; സേവനമേഖല വിപുലമായി, ഭൗതിക വസ്തുക്കളുടെ ഉല്പാദനം ആപേക്ഷികമായി കുറഞ്ഞു. വിവരസാങ്കേതികമേഖലയും ഓഹരി കമ്പോളവും വളർന്നു. തൊഴിലാളികളെക്കൊണ്ട് പണിയെടുപ്പിച്ചിരുന്ന സ്ഥാനത്ത് ഓഹരി ഇടപാടുകളിലൂടെ മുതലാളിത്തം ലാഭം വാരിക്കൂട്ടുന്നു. അത്തരം ലാഭം മിച്ചമൂല്യമാണോ എന്നു ചോദ്യമുണ്ട്.

ചരക്ക് എന്നാൽ ഭൗതിക വസ്തുക്കൾ എന്നല്ല അർത്ഥം. വില്ക്കാൻ വേണ്ടി നിർമ്മിക്കപ്പെട്ട എന്തും ചരക്കാണ്. അദ്ധ്യാപകന്റെ അദ്ധ്വാനശേഷി ചരക്കാണ്. ഗായകന്റെ സ്വരമാധുര്യം ചരക്കാണ്. ഐ ടി വിദഗ്ദ്ധന്റെ അദ്ധ്വാനശേഷിയും ചരക്കാണ്. ഏറ്റവും കൂടുതൽ മിച്ചമൂല്യ ചൂഷണം നടക്കുന്ന രംഗമാണ് ഐ ടി. അനുദിനം വികസിക്കുന്നതാണ് ഐ ടി രംഗം. കുന്നുകൂടുന്ന ലാഭത്തിന്റെ ചെറിയൊരുഭാഗം വർദ്ധിച്ച കൂലിയായി നല്കി, ഉല്പാദനത്തിൽ തൊഴിലാളികൾക്കും പങ്കാളിത്തമുണ്ടെന്ന ധാരണ വളർത്തുന്നതിൽ മുതലാളിത്തം വിജയിക്കുന്നു. ഐ ടി മേഖലയിലെ ബഹുഭൂരിപക്ഷവും കൊടിയ ചൂഷണത്തിന് വിധേയരാണ്.

ഓഹരികമ്പോളമുപയോഗിച്ചുള്ള മിച്ചമൂല്യ ചൂഷണം രണ്ടുരീതിയിൽ വിശദീകരിക്കാം. ഒന്നാമതായി, ഉല്പാദനത്തിൽ സൃഷ്ടിക്കപ്പെടുന്ന മിച്ചമൂല്യമാണ് ഓഹരി കമ്പോളത്തിലെ ചൂതാട്ടത്തിന് വിനിയോഗിക്കുന്നത്. രണ്ടാമതായി, ഓഹരി കമ്പോളത്തിലെ ചൂതാട്ടം സമ്മാനിക്കുന്ന ലാഭം ഉല്പാദനത്തിന്മേൽ അവകാശം നല്കുന്നു. പണത്തിന്റെ രൂപത്തിലാ

ണല്ലോ ലാഭം കൈവരുന്നത്. പണമെന്നാൽ അധികാരമാണ്; വാങ്ങൽ ശേഷിയാണ്. ഓഹരി ചൂതാട്ടത്തിലൂടെ ഉയർന്ന ലാഭം നേടുക എന്നാൽ, ഉല്പാദിപ്പിക്കപ്പെട്ട ചരക്കുകൾക്കു മേൽ വാങ്ങൽശേഷി പ്രയോഗിക്കാൻ പ്രാപ്തമാക്കുക എന്നാണർത്ഥം. അഥവാ, ഉയർന്ന അളവിൽ ഉല്പാദന മിച്ചം കൈവശപ്പെടുത്തുക എന്നർത്ഥം.

കവർന്നെടുക്കപ്പെടുന്ന മിച്ചമൂല്യം മുഴുവനും മുതലാളികൾ കൈവശപ്പെടുത്തുന്നില്ല. പല വിഭാഗങ്ങൾക്കായി അത് വീതിച്ചെടുക്കപ്പെടും. ഉല്പാദനത്തിനാവശ്യമായ ഭൂമി നല്കുന്ന ഭൂവുടമ ഒരു ഭാഗം കൈയടക്കുന്നു. വായ്പ നല്കുന്ന ബാങ്കു മുതലാളികൾ മറ്റൊരു ഭാഗം കൈയടക്കുന്നു. വ്യാപാരത്തിലേർപ്പെടുന്ന കച്ചവട മുതലാളി ഇനിയൊരു ഭാഗം കൈയടക്കുന്നു. ഇവരെല്ലാം ഉല്പാദനോപകരണങ്ങളുടെ ഉടമകളെന്ന നിലയിൽ ഒരേ വിഭാഗത്തിൽ - ചൂഷക വർഗ്ഗത്തിൽ - പെടുന്നു. ചൂഷിതരായ തൊഴിലാളിവർഗ്ഗം സൃഷ്ടിക്കുന്ന മിച്ചമൂല്യം കവർന്നെടുക്കാതെ മൂലധന വളർച്ച സാദ്ധ്യമല്ല. മുതലാളിത്ത വളർച്ചയും സാദ്ധ്യമല്ല. ചൂഷണം അവസാനിപ്പിക്കുവാൻ തൊഴിലാളിവർഗ്ഗത്തിനുമാത്രമായി സാദ്ധ്യമല്ല. *കമ്യൂണിസ്റ്റ് മാനിഫെസ്റ്റോ*യുടെ ജർമ്മൻ പതിപ്പിനുള്ള മുഖവുരയിൽ ഇപ്രകാരം പറയുന്നു. "ചൂഷിതരും മർദ്ദിതരുമായ വർഗ്ഗത്തിന് (തൊഴിലാളി വർഗ്ഗത്തിന്) ചൂഷണത്തിൽനിന്നും മർദ്ദനത്തിൽനിന്നും വർഗ്ഗസമരത്തിൽ നിന്നും സമൂഹത്തെയാകെ എന്നെന്നേക്കുമായി മോചിപ്പിക്കാതെ ചൂഷകരിൽനിന്നും മർദ്ദകരിൽനിന്നും (ബൂർഷ്വാസിയിൽനിന്നും) സ്വയം മോചനം നേടാൻ കഴിയുകയില്ല എന്നൊരു ഘട്ടത്തിൽ ഇന്ന് വർഗ്ഗസമരം എത്തിച്ചേർന്നിരിക്കുന്നു."

മൂലധനസഞ്ചയനം
മുതലാളിത്ത പ്രതിസന്ധി

ജന്മി കൈവശം വന്ന അധിക വരുമാനത്തിൽ സന്തുഷ്ടനാകുന്നു. മുതലാളി അങ്ങനെയല്ല. ചൂഷണം ചെയ്തു കൈക്കലാക്കിയ മിച്ചമൂല്യം അയാൾ മൃതമായി സൂക്ഷിക്കുകയില്ല. മിച്ചമൂല്യം നിക്ഷേപിച്ച് കൂടുതൽ ഉല്പാദനം നടത്തി അധികമിച്ചമൂല്യം കവർന്നെടുക്കാൻ അയാൾ നിരന്തരം ശ്രമിക്കുന്നു. ഈ പ്രക്രിയയാണ് മൂലധന സഞ്ചയനം. മൂലധനം വളർത്തി സമ്പത്ത് പിടിച്ചടക്കാനുള്ള ഭ്രാന്തമായ ആവേശമാണ് മുതലാളിത്തത്തെ നയിക്കുന്നത്. ആ പ്രക്രിയയിൽ അത് സമൂഹത്തെയാകെ കീഴ്പ്പെടുത്തുന്നു. ഉല്പാദനം, കൂടുതൽ ഉല്പാദനം, ഇനിയും കൂടുതൽ ഉല്പാദനം-ഇതാണ് മുതലാളിത്തത്തിനെ നയിക്കുന്ന ആവേശം. ആ പ്രക്രിയയിൽ തൊഴിലാളികളെ അധികമധികം ചൂഷണം ചെയ്യുന്നു. ചൂഷണത്തിലൂടെ കവരുന്ന മിച്ചമൂല്യമാണ് മൂലധന സഞ്ചയനത്തിന് ആധാരം. എത്രത്തോളം ചൂഷണം ശക്തമാകുന്നുവോ അത്രത്തോളം മൂലധനം വർദ്ധിക്കും.

മൂലധനത്തിന്റെ കേന്ദ്രീകരണം, കുത്തകവല്ക്കരണം

മൂലധനം സ്വരൂക്കൂട്ടി വളരാനുള്ള വ്യഗ്രത കടുത്ത മത്സരം അനിവാര്യമാക്കുന്നു. മത്സരത്തിൽ ചെറുതും ഇടത്തരവുമായ മുതലാളിത്ത സംരംഭങ്ങൾ നിശ്ശേഷം തുടച്ചുനീക്കപ്പെടും. മത്സരത്തിലെ പ്രധാന ആയുധമാണ് ഉയർന്ന സാങ്കേതിക വിദ്യകളും യന്ത്രങ്ങളും. അവയുടെ വർദ്ധിച്ച പ്രയോഗം മൂന്ന് ഫലങ്ങളുണ്ടാക്കുന്നു. 1. ഉല്പാദനം ഉയർത്തുന്നു. 2. ഉല്പാദനച്ചെലവ് ചുരുക്കുന്നു. 3. മിച്ചമൂല്യം വർദ്ധിപ്പിക്കുന്നു.

ഒരു കാര്യം പ്രത്യേകം ശ്രദ്ധിക്കണം. മത്സരത്തിലൂടെയുള്ള കീഴടക്കൽ മിച്ചമൂല്യം വർദ്ധിപ്പിക്കുകയില്ല. കാരണം, അത് നിലവിലുള്ളതിന്റെ

പിടിച്ചടക്കൽ മാത്രമാണ്. മൂലധനത്തിന്റെ കേന്ദ്രീകരണമാണത്. ചെറുതും ഇടത്തരവുമായ മുതലാളിത്തവ്യവസായങ്ങളുടെ പിടിച്ചടക്കലും കൂട്ടിച്ചേർക്കലുമാണ് നടക്കുന്നത്. എന്നാൽ മിച്ചമൂല്യം നിക്ഷേപിച്ച് തൊഴിലാളികളുടെ അദ്ധ്വാനശേഷി പ്രയോഗിക്കുമ്പോൾ അധികമിച്ചമൂല്യവും മൂലധനവും സൃഷ്ടിക്കപ്പെടുന്നു. അത് മൂലധനത്തിന്റെ കുത്തകവല്ക്കരണമാണ്. കേന്ദ്രീകരണവും കുത്തകവല്ക്കരണവും രണ്ടാണ്. മുതലാളിത്തക്രമത്തിൽ വ്യവസായ സംരംഭങ്ങളുടെ പിടിച്ചടക്കലും കൂടിച്ചേരലും പതിവു സംഗതികളാണ് അതേപോലെ മൂലധനത്തിന്റെ കുത്തകവല്ക്കരണവും.

മുതലാളിത്ത പ്രതിസന്ധി

മുതലാളിത്തത്തിന് വളരാനുള്ള കഴിവുണ്ട്. "കഷ്ടിച്ച് ഒരു നൂറ്റാണ്ടു കാലത്തെ വാഴ്ചയ്ക്കിടയിൽ ബൂർഷ്വാസി സൃഷ്ടിച്ചിട്ടുള്ള ഉല്പാദനശക്തികൾ കഴിഞ്ഞുപോയ എല്ലാ തലമുറകളും ചേർന്ന് സൃഷ്ടിച്ചിട്ടുള്ളതിനേക്കാൾ എത്രയോ വമ്പിച്ചതാണ്. ഭീമമാണ് എന്ന *കമ്യൂണിസ്റ്റ് മാനിഫെസ്റ്റോ* സാക്ഷ്യപ്പെടുത്തുന്നു. എന്നാൽ അതിരുകളില്ലാത്തതല്ല മുതലാളിത്ത വളർച്ച. പ്രതിസന്ധിക്കുള്ള ബീജം മുതലാളിത്തത്തിനകത്തു തന്നെയുണ്ട്. പ്രതിസന്ധി പുറമെനിന്നും അടിച്ചേല്പിക്കുന്നതല്ല മുതലാളിത്ത വളർച്ചയുടെ ആന്തരിക സൃഷ്ടിയാണ്. 2008 ൽ തുടങ്ങി ഇപ്പോഴും അയവില്ലാതെ തുടരുന്ന സാമ്പത്തിക പ്രതിസന്ധി ഏതെങ്കിലും രാജ്യമോ ഗവൺമെന്റോ അടിച്ചേല്പിച്ചതല്ല. സ്വയം സൃഷ്ടമാണ്. വളർച്ചയ്ക്കകത്തു തന്നെ പ്രതിസന്ധിയുടെ സാദ്ധ്യത അടങ്ങിയിരിക്കുന്നു.

മൂലധനത്തിന്റെ ജൈവഘടന, തൊഴിൽരഹിതസേന

ഉല്പാദനം ക്രമാതീതമായി വളർന്നാൽ എന്താണു സംഭവിക്കുക? രണ്ടു കാര്യങ്ങൾ അനിവാര്യമാകും. ഒന്ന് കൂടുതൽ അദ്ധ്വാനശേഷി ആവശ്യമാകും. രണ്ട് മിച്ചമൂല്യത്തിന്റെ വർദ്ധനയും മൂലധന സഞ്ചയനവും ആപേക്ഷികമായി സ്ഥിരനിക്ഷേപത്തിന്റെ തോത് ഉയർത്തും. കൂടുതൽ യന്ത്രങ്ങളും സാങ്കേതിക വിദ്യകളും ഭൗതികസാഹചര്യങ്ങളും ഉപയോഗിക്കപ്പെടും എന്നാണ് രണ്ടാമതു പറഞ്ഞതിന്റെ വിശദീകരണം. മറ്റൊരു രീതിയിൽ പറഞ്ഞാൽ സ്ഥിരമൂലധനത്തിന്റെ അളവ് വർദ്ധിക്കും. ആപേക്ഷികമായി അസ്ഥിരമൂലധനത്തിന്റെ (കൂലിയുടെ) അളവ് ചുരുങ്ങും. സ്ഥിലമൂലധനത്തിന്റെ (ഉദാ: യന്ത്രങ്ങൾ, ഫാക്ടറികൾ) അസ്ഥിരമൂലധനത്തിന്റെയും (കൂലി) അനുപാതത്തെ മൂലധനത്തിന്റെ ജൈവഘടന എന്നുപറയുന്നു. സ്ഥിര മൂലധനത്തിന്റെ അളവുകൂടുന്നതനുസരിച്ച് അസ്ഥിര മൂലധനത്തിന്റെ അളവു ചുരുങ്ങും. ലളിതമായി പറഞ്ഞാൽ കൂടുതൽ യന്ത്രങ്ങൾ ഉപയോഗിക്കുമ്പോൾ അദ്ധ്വാനശേഷിയുടെ അനുപാതം ചുരുങ്ങും. തൊഴിൽ സാദ്ധ്യത മങ്ങും. തൊഴിൽ രഹിതരുടെ വൻപട രൂപ

പ്പെടുന്നതിന് മൂലധനരൂപീകരണവും മുതലാളിത്ത വളർച്ചയും വഴിയൊരുക്കും. തൊഴിൽ രഹിത സേന എന്നാണ് ഇതിനെ മാർക്സ് വിശേഷിപ്പിക്കുന്നത്. തൊഴിൽ രഹിതരുടെ സാന്നിദ്ധ്യം നിലവിലുള്ള തൊഴിലാളികളുടെ കൂലി കുറയ്ക്കും.

തൊഴിൽ രഹിത പടയുടെ വലിപ്പവും വർദ്ധനയും വാങ്ങൽ ശേഷി ചുരുക്കും. മുതലാളിത്തത്തിന്റെ വളരാനുള്ള ഭ്രാന്തമായ ആവേശം. രണ്ടു വിപരീത ഫലങ്ങളാണ് സൃഷ്ടിക്കുക. ഒന്നാമതായി, സ്ഥിര മൂലധനത്തിന്റെ വളർച്ചയുടെ ഫലമായി മൊത്തം ഉല്പാദനം വർദ്ധിക്കും. രണ്ടാമതായി, സ്ഥിരമൂലധനത്തിന്റെ തന്നെ വർദ്ധനയുടെ ഫലമായി, തൊഴിൽരഹിതരുടെ എണ്ണം പെരുകും. ഇപ്പോൾ ചിത്രം വ്യക്തം. ഒരുവശത്ത്, ഉല്പാദന വർദ്ധന മറുവശത്ത്, വാങ്ങാൻ ശേഷിയുടെ ചുരുക്കം. വില്പന പ്രതിസന്ധി ഉറപ്പ്. വില്പനപ്രതിസന്ധി ഉല്പാദന പ്രതിസന്ധിയിലേക്കും തൊഴിൽ പ്രതിസന്ധിയിലേക്കും നയിക്കും. അങ്ങനെയൊന്നും സംഭവിക്കുകയില്ലെന്നത്രെ മുതലാളിത്ത ധനശാസ്ത്രജ്ഞരുടെ വാദം. നൂറുരൂപ നിക്ഷേപിച്ചാൽ, നൂറുരൂപയുടെ ഉല്പന്നവും നൂറുരൂപയുടെ വരുമാനവും സൃഷ്ടിക്കുമല്ലോ എന്നാണവരുടെ വാദം. അങ്ങനെ വാദം തുടരുമ്പോവും മുതലാളിത്തവ്യവസ്ഥ ചെറുതും വലുതുമായ നിരവധി പ്രതിസന്ധികൾ അഭിമുഖീകരിച്ചുപോന്നു. അവയിപ്പോഴും തുടരുന്നു. 1930 കളിലേതായിരുന്നു ഏറ്റവും രൂക്ഷമായ പ്രതിസന്ധി.

മൂലധന സഞ്ചയനം വഴി തുറക്കുന്നത് കുത്തകവല്ക്കരണത്തിലേക്കാണ്. കുത്തക മുതലാളിത്തമാണ് സാമ്രാജ്യത്വം. മുതലാളിത്തവികാസത്തിന്റെ പരമോന്നത ഘട്ടമാണ് സാമ്രാജ്യത്വം.

9 789386 637468

Printed by Libri Plureos GmbH in Hamburg,
Germany